Hướng dẫn của OECD về Thẩm định các Chuỗi cung ứng có trách nhiệm trong Ngành May mặc và Giày dép

OECD
BETTER POLICIES FOR BETTER LIVES

Tài liệu này do Tổng thư ký OECD chịu trách nhiệm xuất bản. Các ý kiến và luận điểm trình bày ở đây không nhất thiết phản ánh quan điểm chính thức của OECD hoặc của chính phủ các quốc gia thành viên hoặc của Liên minh Châu Âu.

Tài liệu này và các bản đồ được sử dụng trong đây sẽ không gây phương hại tới thực trạng hay chủ quyền đối với bất cứ vùng lãnh thổ nào, cũng như sẽ không ảnh hưởng tới việc phân định các đường biên giới/ranh giới quốc tế, và tên gọi của bất cứ vùng lãnh thổ, thành phố hay khu vực nào

Vui lòng trích dẫn ấn phẩm này như sau:
OECD (2021), *Hướng dẫn của OECD về Thẩm định các Chuỗi cung ứng có trách nhiệm trong Ngành May mặc và Giày dép*, OECD Publishing, Paris, *https://doi.org/10.1787/9f3fe1c3-vi*.

ISBN 978-92-64-71981-1 (print)
ISBN 978-92-64-88106-8 (pdf)

Tín ảnh: © kieferpix/iStock/Thinkstockphotos.com

Bạn có thể tìm thấy các ấn phẩm của OECD trên mạng tại: *www.oecd.org/about/publishing/corrigenda.htm*.

LỜI NÓI ĐẦU

Hướng dẫn của OECD về Thẩm định đối với các Chuỗi cung ứng có trách nhiệm trong lĩnh vực May Mặc và Giày Dép (gọi tắt là "Hướng dẫn") được xây dựng nhằm hỗ trợ các doanh nghiệp thực hiện các khuyến nghị thẩm định nêu trong Bộ Hướng dẫn của OECD cho các Doanh nghiệp đa quốc gia hoạt động trong chuỗi cung ứng may mặc và giày dép, qua đó ngăn ngừa và xử lý các tác động tiêu cực mà hoạt động của họ và các chuỗi cung ứng gây ra. Nhằm hỗ trợ thực hiện Bộ Hướng dẫn của OECD, Hướng dẫn này đặt mục tiêu đảm bảo các doanh nghiệp trong ngành may mặc và giày dép hoạt động hài hòa với các chính sách của nhà nước, qua đó tăng cường cơ sở tin cậy lẫn nhau giữa doanh nghiệp và môi trường xã hội mà doanh nghiệp hoạt động. Hướng dẫn này cũng mong muốn tạo điều kiện thuận lợi để các doanh nghiệp thực thi những khuyến nghị về thẩm định nêu trong Các Nguyên tắc Hướng dẫn của Liên Hiệp quốc về Kinh doanh và Quyền con người. Quy định trong Hướng dẫn phù hợp với Tuyên bố của Tổ chức Lao động Quốc tế (ILO) về các Quyền và Nguyên tắc Cơ bản tại nơi làm việc, các Công ước và Khuyến nghị có liên quan của ILO, và Tuyên bố ba bên của của ILO về các nguyên tắc liên quan đến các doanh nghiệp đa quốc gia và chính sách xã hội. Cùng với các hợp phần về thẩm định cho các lĩnh vực rủi ro đặc thù, tài liệu này sẽ cung cấp cho doanh nghiệp một bộ Hướng dẫn hoàn chỉnh để hoạt động và tìm nguồn cung ứng một cách trách nhiệm trong lĩnh vực may mặc và giày dép.

Hướng dẫn này được xây dựng với sự tham gia đóng góp ý kiến chuyên sâu của nhiều bên liên quan trong đó có các nước thành viên và phi thành viên của OECD, đại diện doanh nghiệp, công đoàn và xã hội dân sự, dưới sự giám sát của Nhóm công tác về hành vi kinh doanh có trách nhiệm. Một Nhóm Cố vấn do Đức chủ trì đã được thành lập tháng 3/2015 để hỗ trợ quá trình xây dựng Hướng dẫn này. Các thành viên của Nhóm Cố vấn và nhiều chuyên gia khác đã thường xuyên đóng góp ý kiến trong quá trình xây dựng Hướng dẫn này, trong đó có một cuộc Tọa đàm về Thẩm định trong lĩnh vực may mặc và giày dép, diễn ra trong 2 ngày 1-2/10/2015, và một đợt tham vấn công khai trong tháng 2 và 3/2016. Các ý kiến phản hồi thu được từ những hoạt động này đã góp phần làm cho tài liệu Hướng dẫn mang tính thực tiễn, chú trọng tới các phương pháp hợp tác và xây dựng để giải quyết những thách thức phức tạp đặt ra.

Hướng dẫn này cũng dựa trên các báo cáo chuyên sâu do các Đầu mối Liên hệ Quốc gia (NCP) Pháp và Ý cung cấp về việc thực hiện Bộ hướng dẫn của OECD trong lĩnh vực may mặc và giày dép, đồng thời tham khảo các sáng kiến chính của Bỉ, Canada, Đan Mạch, Liên minh Châu Âu, Đức, Hà Lan, Thụy Điển, Vương quốc Anh và Hoa Kỳ. Hướng dẫn được ban hành nhằm hưởng ứng tuyên bố của các NCP trong tháng 6/2013 và 2014 sau vụ sập thảm khốc Rana Plaza. Hướng dẫn này cũng là sự hưởng ứng đối với Thông cáo Bộ trưởng về Ứng xử có Trách nhiệm trong Kinh doanh được thông qua ngày 26/6/2014 và Tuyên bố của các lãnh đạo G7 thông qua vào ngày 7-8/6/2015 tại Schloss Elmau, hoan nghênh các nỗ lực quốc tế nhằm ban hành các tiêu chuẩn thẩm định toàn ngành trong lĩnh vực dệt và may sẵn.

Hướng dẫn này được Nhóm Công tác về Hành vi Kinh doanh có trách nhiệm của OECD thông qua ngày 24/10/2016 và sau đó được Ủy ban Đầu tư của OECD phê duyệt ngày 14/1/2017.

Hội đồng đã thông qua một Khuyến nghị của OECD về Hướng dẫn này ngày 17/5/2017. Mặc dù không ràng buộc về mặt pháp lý song Khuyến nghị đó thể hiện quan điểm chung và cam kết chính trị của các nước thành viên cũng như phi thành viên của OECD tuân thủ Bộ Hướng dẫn của OECD dành cho các Doanh nghiệp Đa quốc gia.

OECD cũng đã soạn thảo hướng dẫn riêng để giúp doanh nghiệp phát triển các chuỗi cung ứng có trách nhiệm trong các lĩnh vực khác, cụ thể là đối với khoáng sản có nguồn gốc từ các địa bàn xung đột và rủi ro cao; khai mỏ, nông nghiệp; và tài chính.

MỤC LỤC

Danh mục các Bảng

Danh mục các Hộp thông tin

Bộ Hướng Dẫn của OECD dành cho Các Doanh nghiệp Đa quốc gia

Bộ Hướng dẫn của OECD về các Doanh nghiệp đa quốc gia (***Bộ Hướng dẫn của OECD***) là một trong bốn phần của các Quyết định và Tuyên bố của OECD năm 1976 về Đầu tư quốc tế và các Doanh nghiệp đa quốc gia (sau đây gọi tắt là "***Tuyên bố***"). Trong Tuyên bố này, các Bên tuân thủ khuyến nghị các doanh nghiệp đa quốc gia (MNE) phải thực hiện các nguyên tắc và tiêu chuẩn được quy định trong Bộ Hướng dẫn của OECD, nhằm đảm bảo một môi trường đầu tư quốc tế cởi mở và minh bạch và khuyến khích sự đóng góp tích cực của các MNE vào sự tiến bộ về kinh tế, môi trường và xã hội. Hiện có 46 quốc gia tuân thủ Tuyên bố - gồm toàn bộ 35 nước thành viên OECD và 11 nước không thuộc OECD. Bộ Hướng dẫn của OECD đã được sửa đổi nhiều lần, gần đây nhất là vào năm 2011. Đây là bộ khuyến nghị toàn diện nhất được các chính phủ ủng hộ về những nội dung cấu thành hành vi kinh doanh có trách nhiệm (RBC). Nội dung Bộ hướng dẫn gồm chín lĩnh vực RBC chính: công bố thông tin, quyền con người, việc làm và quan hệ lao động, môi trường, chống hối lộ và tham nhũng, lợi ích của người tiêu dùng, khoa học và công nghệ, cạnh tranh và thuế quan. Các khuyến nghị nêu trong Bộ Hướng dẫn của OECD đều được các chính phủ đến các MNE hoạt động trong hoặc ngoài lãnh thổ của họ tán thành.

Theo Quyết định của Hội đồng về Bộ Hướng dẫn của OECD dành cho các Doanh nghiệp đa quốc gia, các Nước tuân thủ phải thiết lập một Đầu mối liên hệ quốc gia (NCP) để nâng cao hiệu quả thực hiện Bộ Hướng dẫn OECD thông qua các hoạt động quảng bá, xử lý các câu hỏi và tham gia giải quyết các vấn đề nảy sinh liên quan đến việc thực hiện Bộ Hướng dẫn trong các trường hợp cụ thể. Bộ Hướng dẫn của OECD là công cụ quốc tế đầu tiên đưa hoạt động thẩm định dựa trên rủi ro vào các lĩnh vực chính của đạo đức kinh doanh liên quan đến các tác động bất lợi.

KHUYẾN NGHỊ CỦA HỘI ĐỒNG
về Hướng dẫn Thẩm định đối với Chuỗi cung ứng có trách nhiệm trong Lĩnh vực May mặc và Giày dép

17 tháng 5 năm 2017

HỘI ĐỒNG,

LIÊN QUAN ĐẾN Điều 5(b) của Công ước về Tổ chức Hợp tác và Phát triển Kinh tế ngày 14 tháng 12 năm 1960;

LIÊN QUAN ĐẾN Tuyên bố về Đầu tư Quốc tế và Doanh nghiệp Đa quốc gia [C(76)99/FINAL], Quyết định của Hội đồng về Bộ Hướng dẫn của OECD dành cho Doanh nghiệp Đa quốc gia [C(2000)96/FINAL] (sau đây là "Quyết định về Bộ Hướng dẫn "), Công ước về chống hối lộ công chức nước ngoài trong các giao dịch kinh doanh quốc tế, Khuyến nghị của Hội đồng về Hướng dẫn Thẩm định các chuỗi cung ứng khoáng sản có trách nhiệm từ các khu vực có xung đột và rủi ro cao [C/MIN(2011)12/FINAL] được sửa đổi bởi C(2012)93]; Khuyến nghị của Hội đồng về Khung chính sách cho Đầu tư [C(2015)56/REV1], Khuyến nghị của Hội đồng về Hướng dẫn của OECD-FAO cho các chuỗi cung ứng nông sản có trách nhiệm [C(2016)83], và Khuyến nghị của Hội đồng về Hướng dẫn Thẩm định sự tham gia có ý nghĩa của các bên có quyền lợi liên quan trong lĩnh vực khai thác mỏ [C(2016)100];

NHẮC LẠI mục đích chung của các chính phủ khi khuyến nghị tuân thủ Bộ Hướng dẫn cho các Doanh nghiệp đa quốc gia (sau đây gọi là "Bộ hướng dẫn") là để thúc đẩy hành vi kinh doanh có trách nhiệm;

TIẾP TỤC NHẮC LẠI rằng Quyết định về Bộ hướng dẫn quy định rằng Ủy ban Đầu tư sẽ cùng với các Đầu mối Liên lạc Quốc gia theo đuổi một chương trình nghị sự chủ động hợp tác với các bên có quyền lợi liên quan thúc đẩy sự tuân thủ hiệu quả của các doanh nghiệp đối với các nguyên tắc và tiêu chuẩn có trong Bộ Hướng dẫn đối với các sản phẩm, khu vực, lĩnh vực hoặc ngành cụ thể;

CÂN NHẮC những nỗ lực của cộng đồng quốc tế, đặc biệt là của Tổ chức Lao động Quốc tế, trong việc thúc đẩy các chuỗi cung ứng có trách nhiệm trong lĩnh vực may mặc và giày dép;

NHẬN THỨC rằng việc xây dựng các chuỗi cung ứng có trách nhiệm trong ngành may mặc và giày dép có ý nghĩa quan trọng đối với sự phát triển bền vững, thúc đẩy tăng trưởng bao trùm nhất là đối với phụ nữ - lực lượng chiếm đa số trong lĩnh vực này, tôn trọng quyền con người và lao động, cũng như đáp ứng các chuẩn mực quốc tế về môi trường;

NHẬN THỨC rằng các chính phủ, tổ chức quốc tế, doanh nghiệp và các tổ chức xã hội dân sự có thể phát huy vai trò và năng lực của riêng mình để xây dựng các chuỗi cung ứng may mặc và giày dép có trách nhiệm, đem lại lợi ích cho toàn xã hội;

LƯU Ý rằng thẩm định là quy trình mang tính liên tục, chủ động và ứng phó giúp doanh nghiệp qua đó ngăn ngừa và giảm thiểu các tác động bất lợi đối với quyền con người, quyền lao động, bảo vệ môi trường, liên quan tới tham nhũng, hối lộ, trong hoạt động của chính doanh nghiệp cũng như trong các chuỗi cung ứng của họ;

LIÊN QUAN ĐẾN Hướng dẫn của OECD về thẩm định đối với các Chuỗi cung ứng có Trách nhiệm trong lĩnh vực May mặc và Giày dép [C(2017)63/ADD1] (sau đây gọi là "Hướng dẫn"), có thể được Ủy ban Đầu tư sửa đổi cho phù hợp;

LƯU Ý rằng Hướng dẫn này đưa ra một khung thẩm định mô tả các quy trình mà doanh nghiệp cần tuân thủ để nhận diện, đánh giá, giảm thiểu và giải trình về cách thức mình xử lý các tác động bất lợi thực tế và tiềm ẩn liên quan tới hoạt động hoặc các mối quan hệ kinh doanh của doanh nghiệp, cùng với đó là các biện pháp chi tiết để ngăn ngừa những tác động đó liên quan tới lao động trẻ em, quấy rối tình dục, bạo lực trên cơ sở giới và bạo lực tình dục tại nơi làm việc, lao động cưỡng bức, thời gian làm việc, an toàn và sức khỏe nghề nghiệp, công đoàn và thương lượng tập thể, tiền lương, hóa chất độc hại, nước, phát thải khí nhà kính, hối lộ và tham nhũng, cũng như mua sắm có trách nhiệm từ những người lao động tại nhà.

Theo đề xuất của Ủy ban Đầu tư:

I. **KHUYẾN NGHỊ** các nước Thành viên và không phải Thành viên tuân thủ Khuyến nghị này (sau đây gọi là "Bên Tuân thủ") và, các Đầu mối Liên hệ Quốc gia cho Bộ hướng dẫn (sau đây gọi là "NCP") nếu có, tích cực thúc đẩy các doanh nghiệp của mình hoặc hoặc trên lãnh thổ của mình sử dụng Hướng dẫn này, đảm bảo việc tuân thủ các tiêu chuẩn kinh doanh có trách nhiệm đã được quốc tế thống nhất trong các chuỗi cung ứng may mặc và giày dép để ngăn ngừa những tác động bất lợi mà hoạt động của họ có thể gây ra, và đóng góp vào phát triển bền vững;

II. **KHUYẾN NGHỊ** các Bên Tuân thủ áp dụng biện pháp để hỗ trợ một cách tích cực các doanh nghiệp của mình hoặc hoạt động trên lãnh thổ của mình thông qua khung thẩm định nêu trong Hướng dẫn này đối với các chuỗi cung ứng có trách nhiệm trong lĩnh vực dệt may và giày dép;

III. **KHUYẾN NGHỊ** các Bên Tuân thủ và NCP của mình với sự hỗ trợ của Ban Thư ký phải đảm bảo với sự hỗ trợ của Ban Thư ký OECD, đảm bảo phổ biến rộng rãi nhất có thể để doanh nghiệp (gồm các nhà sản xuất nguyên liệu thô và sợi, nhà sản xuất và chế biến nguyên liệu, nhà sản xuất linh kiện, nhà sản xuất giày dép và may mặc, các thương hiệu, các nhà bán lẻ và công ty trung gian của họ) sử dụng tích cực Hướng dẫn này, cũng như khuyến khích các bên có quyền lợi liên quan như hiệp hội ngành, công đoàn, các tổ chức xã hội dân sự, các sáng kiến đa bên, và các sáng kiến ngành sử dụng Hướng dẫn này như một tài nguyên, và thường xuyên báo cáo với Ủy ban Đầu tư về các hoạt động giám sát, phổ biến và thực hiện đó;

IV. **ĐỀ NGHỊ** các Bên tuân thủ và Tổng thư ký phổ biến Khuyến nghị này;

V. **ĐỀ NGHỊ** các Bên không tuân thủ cân nhắc phù hợp và tuân thủ Khuyến nghị hiện tại

VI. **CHỈ THỊ** Ủy ban Đầu tư giám sát việc thực hiện Khuyến nghị và báo cáo lên Hội đồng chậm nhất là năm năm sau khi thông qua và vào thời điểm thích hợp sau đó.

CÁC THUẬT NGỮ SỬ DỤNG TRONG HƯỚNG DẪN

Tác động Bất lợi Là các tác động tới những nội dung được đề cập trong Bộ hướng dẫn của OECD bao gồm tác động bất lợi liên quan tới công bố thông tin; quyền con người; việc làm và quan hệ lao động; môi trường; chống hối lộ, mua chuộc và tống tiền; và quyền lợi người tiêu dùng.

Khái niệm 'thiệt hại/tổn hại' dùng trong Hướng dẫn này là chỉ các tác động bất lợi.

Quan hệ kinh doanh Gồm các quan hệ với đối tác kinh doanh, các thực thể trong chuỗi cung ứng và bất cứ thực thể của nhà nước hoặc phi nhà nước nào khác liên quan trực tiếp tới hoạt động, sản phẩm hoặc dịch vụ của họ. Quan hệ kinh doanh có thể bao gồm bất cứ bên cung ứng hay đối tác kinh doanh nào khác trong chuỗi cung ứng của một doanh nghiệp. (Bộ Hướng dẫn OECD, IV, Bình luận 45).

Điểm kẹt (kiểm soát) "Điểm kẹt" bao gồm:

- các điểm chuyển đổi chính trong chuỗi cung ứng
- các công đoạn trong chuỗi cung ứng thường có rất ít số lượng đơn vị chế biến phần lớn hàng hóa
- các công đoạn trong chuỗi cung ứng có khả năng quan sát và kiểm soát tình hình sản xuất và giao thương ở thượng nguồn.

Kế hoạch khắc phục Là kế hoạch hành động có thời hạn và khả thi để ngăn ngừa hoặc giảm thiểu thiệt hại. Xem mục 3.

Nguồn cung trực tiếp Một doanh nghiệp có quan hệ hợp đồng trực tiếp với bên cung ứng.

Phân biệt đối xử Bất cứ sự phân biệt loại trừ hoặc ưu tiên nào dựa trên chủng tộc, màu da, giới tính, tôn giáo, chính kiến, dòng dõi dân tộc hoặc nguồn gốc xã hội (hay các đặc điểm khác), có tác dụng triệt bỏ hoặc làm phương hại tới sự bình đẳng về cơ hội và đối xử trong việc làm và nghề nghệp". (Công ước [Số 111]) của ILO.

Thẩm định Là quy trình qua đó doanh nghiệp có thể nhận diện, đánh giá, giảm thiểu và giải trình về cách thức mình xử lý các tác động bất lợi thực tế và tiềm ẩn.

Thẩm định có thể làm một phần của các hệ thống quản lý rủi ro của các doanh nghiệp, với điều kiện là hệ thống đó không chỉ đơn thuần là nhận diện và quản lý các rủi ro trọng yếu đối với doanh nghiệp mà nó còn phải bao gồm cả những thiệt hại liên quan tới những vấn đề được đề cập trong Bộ hướng dẫn (Bộ hướng dẫn OECD, II, Bình luận 14).

Lao động cưỡng bức Mọi công việc hay dịch vụ mà một người bị ép buộc phải làm dưới sự đe doạ của một hình phạt nào đó và bản thân người đó không tự nguyện làm. (ILO, Công ước Lao động Cưỡng bức, 1930 [No. 29]).

Phân biệt đối xử về giới

Là bất kỳ sự phân biệt, loại trừ, hạn chế nào dựa trên cơ sở giới tính có tác dụng triệt bỏ hoặc làm phương hại tới việc công nhận, thụ hưởng hoặc thực thi quyền con người và các quyền tự do cơ bản của phụ nữ không phụ thuộc vào tình trạng hôn nhân trên cơ sở nam nữ bình quyền. Quy định này áp dụng trong cả những tình huống không chủ định phân biệt đối xử.

Việc đối xử đồng đều hoặc trung lập giữa nam và nữ cũng có thể tạo nên sự phân biệt đối xử nếu điều này khiến cho hoặc có tác dụng khiến cho việc thực thi quyền của phụ nữ bị từ chối vì sự bất bình đẳng và bất lợi về giới tồn tại trước đó mà phụ nữ phải chịu không được thừa nhận. (Công ước của LHQ về Xóa bỏ mọi hình thức phân biệt đối xử đối với phụ nữ).

Thiệt hại Khái niệm "thiệt hại" được sử dụng trong Hướng dẫn này để chỉ các tác động bất lợi.

Nguồn cung gián tiếp Doanh nghiệp tìm nguồn sản phẩm (ví dụ như nguyên liệu thô hoặc hàng hóa thành phẩm) thông qua trung gian.

Gây ảnh hưởng Khi một doanh nghiệp có khả năng thay đổi những hoạt động sai trái của đơn vị gây ra thiệt hại. (Bộ Hướng dẫn của OECD, II, Bình luận, 19).

Sự tham gia có ý nghĩa của bên có quyền lợi liên quan

Sự tham gia có ý nghĩa của các bên có quyền lợi liên quan được thể hiện bởi việc trao đổi thông tin hai chiều và phụ thuộc vào thiện chí của người tham gia ở cả hai bên. (Bộ Hướng dẫn của OECD, II, Bình luận, 2).

Giảm thiểu "Giảm thiểu" là các hành động được thực hiện để giảm bớt hoặc loại bỏ thiệt hại trong trường hợp xảy ra một sự kiện có tính tiêu cực. Các biện pháp giảm thiểu có thể được thực hiện trước, trong hoặc sau khi sự kiện đó xảy ra nhằm giảm bớt mức độ thiệt hại.

Ngăn ngừa "Ngăn ngừa" là các hành động được thực hiện để ngăn không cho thiệt hại xảy ra hoặc lặp lại. Nói cách khác, các biện pháp ngăn ngừa được thực hiện trước khi thiệt hại xảy ra. Hướng dẫn này sử dụng khái niệm "ngăn ngừa" với ý nghĩa khái quát để chỉ bất cứ hành động nào nhằm ngăn chặn thiệt hại xảy ra.

Khắc phục Chuẩn bị khắc phục các tác động bất lợi.

Rủi ro Trong toàn bộ Hướng dẫn này, "rủi ro" dùng để chỉ nguy cơ thiệt hại mà các cá nhân, tổ chức hay cộng đồng có thể phải chịu liên quan tới quyền con người, quyền lao động và môi trường. Hướng dẫn này không chú trọng tới các rủi ro của doanh nghiệp.

Dựa trên rủi ro Các doanh nghiệp sẽ áp dụng các quy trình thủ tục thẩm định tương xứng với mức độ nghiêm trọng của thiệt hại.

Rủi ro ngành Rủi ro ngành là các rủi ro phổ biến của một ngành. Đối với ngày may mặc và giày dép, các rủi ro ngành bao gồm, nhưng không giới hạn ở các rủi ro sau: lao động trẻ em; phân biệt đối xử; lao động cưỡng bức; làm thêm giờ; các vấn đề về việc làm và sức khỏe; vi phạm quyền của người lao động trong việc thành lập hoặc tham gia công đoàn và các tổ chức đại diện mà mình lựa chọn và quyền thương lượng tập thể của người lao động; không tuân thủ quy định của luật pháp về lương tối thiểu và các mức lương không đủ đáp ứng nhu cầu tối thiểu của người lao động và gia đình; hóa chất độc lại; tiêu thụ nước; ô nhiễm nước; phát thải khí nhà kính; hối lộ và tham nhũng. Tham khảo phần II, Các phần quy định về rủi ro ngành và hướng dẫn thẩm định theo mục tiêu đối với các rủi ro ngành.

Bên có quyền lợi liên quan

Bên có quyền lợi liên quan bao gồm các cá nhân hoặc các nhóm đối tượng đang hoặc có thể bị tác động trực tiếp hoặc gián tiếp bởi những hành động của doanh nghiệp hoặc những người đối thoại của doanh nghiệp.

Thầu phụ	Thầu phụ là tình huống một người hoặc một doanh nghiệp thực hiện dịch vụ hoặc một hành động cần thiết để hoàn thành dịch vụ của một doanh nghiệp khác.
Rủi ro phân ngành	Là các rủi ro đặc thù của một phân ngành trong lĩnh vực may mặc và giày dép. Ví dụ về một số phân ngành gồm quần áo, giày dép, đồng phục cho vận động viên điền kinh.
Bên cung ứng	Để cho đơn giản, Hướng dẫn này sử dụng thuật ngữ "bên cung ứng" để chỉ toàn bộ mối quan hệ kinh doanh cung cấp một sản phẩm hoặc một dịch vụ cho doanh nghiệp, trực tiếp hoặc gián tiếp. Vì thế "Bên cung ứng" có thể bao gồm các nhà sản xuất chế biến, sản xuất hàng dệt may và nông dân nhưng cũng có thể bao gồm các bên trung gian như đại lý mua hàng, các công ty hậu cần, những công ty kinh doanh và chế biến hàng hóa toàn cầu.
Truy xuất nguồn gốc	Là quy trình doanh nghiệp theo dõi nguyên liệu và sản phẩm cũng như các điều kiện chúng được sản xuất trong suốt chuỗi cung ứng.

TỔNG QUAN VỀ HƯỚNG DẪN

Bối cảnh

May mặc và giày dép là lĩnh vực sử dụng hàng triệu lao động trình độ thấp, trong đó gồm nhiều phụ nữ và là điểm vào của khu vực kinh tế phi chính thức ở nhiều quốc gia. Do đó, các doanh nghiệp hoạt động trong lĩnh vực này có tiềm năng tạo ra tăng trưởng, việc làm và phát triển kỹ năng thông qua hoạt động và nguồn cung ứng của chính họ. Tuy nhiên, việc các doanh nghiệp lạm dụng quyền con người và lao động và cũng như gây thiệt hại về môi trường đã trở nên phổ biến trong toàn bộ chuỗi cung ứng của lĩnh vực này. Mặc dù những tác động này không phải là mới đối với ngành, nhưng với những đặc điểm của chuỗi cung ứng toàn cầu hiện đại - chẳng hạn như các công đoạn sản xuất trải rộng tại nhiều quốc gia khác nhau, thời gian thực hiện ngắn và mối quan hệ ngắn hạn giữa người mua - bên cung ứng - có thể làm giảm khả năng quan sát và kiểm soát đối với chuỗi cung ứng của doanh nghiệp và có thể khiến việc thực hiện trách nhiệm của doanh nghiệp gặp nhiều thách thức. Trong bối cảnh này, các rủi ro về quyền con người và lạm dụng lao động, thiệt hại môi trường và rủi ro về tính liêm chính cần được quản lý trong toàn bộ chuỗi cung ứng để đảm bảo tối đa hóa các tác động tích cực của ngành công nghiệp toàn cầu này.

Mục đích của Hướng dẫn

Mục đích của Hướng dẫn này là thúc đẩy việc hiểu biết chung về thẩm định trong ngành may mặc và giày dép theo Bộ Hướng dẫn của OECD. Hướng dẫn này đưa ra các khuyến nghị đối với doanh nghiệp về phương thức thực hiện thẩm định trong các hoạt động và chuỗi cung ứng của mình theo Bộ Hướng dẫn của OECD. Thẩm định phải là quá trình liên tục, chủ động và thích ứng, được thực hiện linh hoạt và không nên coi đó là việc "làm cho xong".

Đối tượng mục tiêu

Hướng dẫn này dành cho tất cả các doanh nghiệp hoạt động trong lĩnh vực may mặc và giày dép muốn phấn đấu thực hiện Bộ Hướng dẫn của OECD. Các doanh nghiệp đó bao gồm, nhưng không giới hạn, các nhà sản xuất nguyên liệu và sợi, các nhà sản xuất và chế biến nguyên liệu, các nhà sản xuất linh kiện các nhà sản xuất giày dép và quần áo may mặc, các nhãn hàng, các nhà bán lẻ và bên trung gian của họ.

Vì thế, Hướng dẫn này có thể phù hợp với:

- Các doanh nghiệp hoạt động tại các điểm khác nhau trong chuỗi cung ứng gồm các công ty kinh doanh hàng hóa toàn cầu, các đại lý mua hàng, các nhà phân phối v.v....
- Các doanh nghiệp nhỏ và vừa, và các doanh nghiệp lớn trong lĩnh vực tương tự. Mặc dù, kỳ vọng chung là doanh nghiệp thuộc mọi quy mô đều nên thẩm định rủi ro, song Hướng dẫn này cũng nêu bật những trường hợp mà các doanh nghiệp nhỏ và vừa có thể chọn nhiều cơ chế khác nhau để thực hiện thẩm định dựa trên nguồn lựa và vị trí của doanh nghiệp trong chuỗi cung ứng cũng như tầm ảnh hưởng của doanh nghiệp đó. Xem Phần giới thiệu.
- Các doanh nghiệp tư nhân, Nhà nước hoặc tư nhân có vốn nhà nước.

Bộ Hướng dẫn của OECD dành cho các doanh nghiệp đa quốc gia. Song, phù hợp với Bộ Hướng dẫn của OECD, Hướng dẫn này trình bày thông lệ phổ biến cho mọi doanh nghiệp, chứ không nhằm mục đích tạo ra sự đối xử khác nhau giữa các doanh nghiệp đa quốc gia và doanh nghiệp trong nước[1].

---

[1] Bộ Hướng dẫn của OECD không đòi hỏi phải có một định nghĩa chính xác về doanh nghiệp đa quốc gia (MNEs). Các doanh nghiệp này hoạt động trong mọi lĩnh vực của nền kinh tế. Chúng thường bao gồm các công ty hoặc thực thể khác được thành lập ở nhiều hơn một nước và liên kết với nhau tới mức các công ty có thể phối hợp hoạt động theo nhiều cách ... Bộ Hướng dẫn của OECD áp dụng với mọi thực thể trong MNE (gồm các công ty bố mẹ và/hoặc các thực thể trong nước). (Bộ Hướng dẫn của OECD, I, 4).

Hướng dẫn này cũng có thể được sử dụng làm tài liệu tham khảo giúp các bên có quyền lợi liên quan hiểu về các biện pháp được khuyến nghị đối với doanh nghiệp để kiểm soát các tác động của mình. Các Đầu mối Liên hệ Quốc gia (NCPs) trong Bộ Hướng dẫn của OECD cũng có thể sử dụng Hướng dẫn này để quảng bá thêm về Bộ Hướng dẫn của OECD[2]. Cuối cùng, những khuyến nghị trong Hướng dẫn này phù hợp với tất cả các bên thứ ba chẳng hạn các sáng kiến toàn ngành và các sáng kiến của các bên có quyền lợi liên quan, nhằm tạo điều kiện phối hợp thực hiện toàn bộ hay một số bước trong quá trình thẩm định.

Cơ sở của Hướng dẫn

Hướng dẫn này dựa trên các nguyên tắc, khuyến nghị và tiêu chuẩn có trong Bộ Hướng dẫn của OECD. Do đó, mục đích của Hướng dẫn này là làm rõ những kỳ vọng hiện hành theo Bộ Hướng dẫn của OECD liên quan đến thẩm định trong lĩnh vực may mặc và da giày, chứ không có ý định tạo ra thêm bất cứ kỳ vọng nào khác. Đối với quyền con người, Bộ Hướng dẫn của OECD và Hướng dẫn này đều phù hợp với Nguyên tắc Hướng dẫn của Liên hợp quốc về Kinh doanh và Quyền con người (UNGP) cũng như các Công ước và Khuyến nghị liên quan của ILO.

Hướng dẫn này được xây dựng trên cơ sở tham gia của nhiều bên có lợi ích liên quan bao gồm báo cáo của các NCP của Ý và Pháp về chuỗi cung ứng có trách nhiệm trong lĩnh vực dệt may[3]. Việc tuân thủ Hướng dẫn này là tự nguyện và không phải là nghĩa vụ pháp lý[4].

Tuân thủ luật pháp

Tuân thủ luật pháp trong nước là nghĩa vụ hàng đầu của doanh nghiệp. Bộ Hướng dẫn của OECD không thể và không nên coi là thay thế cho luật pháp và quy định trong nước. Mặc dù phạm vi của Bộ Hướng dẫn của OECD có thể rộng hơn so với luật pháp và quy định trong nước ở nhiều khía cạnh, nhưng không nên vì nó mà buộc các doanh nghiệp phải lâm vào tình thế phải thực thi các yêu cầu xung đột nhau. Tuy nhiên, ở các quốc gia nơi luật và quy định trong nước mâu thuẫn với các nguyên tắc và chuẩn mực trong Bộ Hướng dẫn của OECD, thì các doanh nghiệp cần tìm cách tôn trọng tối đa các nguyên tắc và chuẩn mực đó sao cho mình không ở tình thế vi phạm luật pháp trong nước.

Lợi ích

Hướng dẫn này hỗ trợ cho các mục tiêu mà Bộ Hướng dẫn của OECD đặt ra là đảm bảo doanh nghiệp hoạt động hài hòa với chính sách nhà nước, tăng cường cơ sở tin tưởng lẫn nhau giữa các doanh nghiệp và xã hội nơi họ hoạt động đồng thời giảm bớt các tác động tiêu lực mà hoạt động của doanh nghiệp gây ra.

---

[2] Theo quyết định của Hội đồng về Bộ Hướng dẫn của OECD được sửa đổi năm 2011, các Đầu mối Liên hệ Quốc gia (NCP) được thành lập nhằm mục tích đảm bảo tính hiệu quả của Bộ hướng dẫn thông qua các hoạt động tuyên truyền, xử lý yêu cầu thắc mắc và góp phần giải quyết các vấn đề phát sinh liên quan tới việc thực thi Bộ hướng dẫn trong những trường hợp cụ thể. Các NCP có thể sử dụng Hướng dẫn này để phổ biến về Bộ Hướng dẫn của OECD, song không nên coi đó là cơ sở để đệ trình các vụ việc cụ thể. Tham khảo Bộ Hướng dẫn của OECD, Bình luận về các Thủ tục Thực hiện Bộ Hướng dẫn của OECD dành cho các Doanh nghiệp Đa quốc gia, 25

[3] Tham khảo NCP của Pháp cho Bộ Hướng dẫn của OECD dành cho các MNE (2013), *Báo cáo của NCP về kết quả thực hiện Bộ Hướng dẫn của OECD trong ngày Dệt may,* Bộ Kinh tế và Tài chính, Paris; NCP của Ý cho Bộ Hướng dẫn của OECD dành cho các MNE (2014), *Báo cáo về hành vi Kinh doanh có Trách nhiệm trong chuỗi cung ứng dệt may, Khuyến nghị của NCP Ý về việc thực hiện Bộ Hướng dẫn của OECD dành cho MNE*, Bộ Phát triển Kinh tế - Tổng cục Chính sách Công nghiệp, Khả năng cạnh tranh và các Doanh nghiệp SMEs (DGPICPMI), Rome

[4] Mặc dù Hướng dẫn này không tạo ra các nghĩa vụ pháp lý, song một số thông lệ, chuẩn mực và nguyên tắc được nêu ở đây có thể cũng được điều chỉnh bởi luật pháp quốc gia, ví dụ các yêu cầu báo cáo phi tài chính và thẩm định rủi ro liên quan tới tham nhũng và hối lộ.

Hướng dẫn này cũng sẽ hỗ trợ các doanh nghiệp thực hiện khuyến nghị thẩm định nêu trong Bộ Hướng dẫn của OECD, các UNGP và các chuẩn mực RBC khác có liên quan – như Tuyên ngôn Quốc tế về Quyền con người, Tuyên bố của Tổ chức Lao động Quốc tế (ILO) về các nguyên tắc và quyền cơ bản tại nơi làm việc, các Công ước và Khuyến nghị của ILO và Tuyên bố Ba bên của Tổ chức Lao động Quốc tế ILO về các Nguyên tắc liên quan đến doanh nghiệp đa quốc gia và chính sách xã hội.

Bên cạnh đó, Hướng dẫn này cũng giúp doanh nghiệp tuân thủ các yêu cầu kinh doanh của luật pháp ở những vùng tài phán có yêu cầu về thẩm định RBC, trong đó có báo cáo về các rủi ro phi tài chính. Cuối cùng, Hướng dẫn này có thể hỗ trợ doanh nghiệp củng cố quan hệ của họ với nhà nước, người lao động và xã hội dân sự.

Việc thực hiện Hướng dẫn này còn có thể đem lại cho doanh nghiệp các lợi ích khác như sau:

- Nâng cao khả năng đáp ứng kỳ vọng của khách hàng và thị trường về chuỗi cung ứng có trách nhiệm trong lĩnh vực may mặc và giày dép
- Cải thiện uy tín của các doanh nghiệp tham gia và của cả ngành
- Nâng cao khả năng quản lý thống nhất các hoạt động toàn cầu thông qua một bộ duy nhất các chuẩn mực RBC áp dụng trong các văn phòng, địa bàn, quốc gia và khu vực, qua đó nâng cao tính thống nhất trong kết quả thực hiện, nâng cao hiệu quả và hiệu suất tuân thủ, và, trong một số trường hợp, giúp tiết kiệm chi phí
- Giảm sự đứt gãy trong hoạt động và các chuỗi cung ứng của doanh nghiệp liên quan tới nguy cơ xảy ra các vấn đề thuộc phạm vi của Bộ Hướng dẫn của OECD về lâu dài.

Cấu trúc của Hướng dẫn

Phần I: Hướng dẫn Thẩm định Cơ bản đối với lĩnh vực May mặc và Giày dép

Phần này mở đầu bằng việc trình bày tổng quan ở cấp độ cao về các kỳ vọng theo Bộ Hướng dẫn của OECD và các yếu tố ảnh hưởng tới bản chất và mức độ thẩm định. Các nội dung cần xem xét liên quan tới việc huy động sự tham gia của các bên có quyền lợi liên quan, hợp tác và giới cũng được được vào đây và có thể áp dụng cho cả Phần I và Phần II.

Cốt lõi của Phần I là một bộ hướng dẫn thẩm định trong lĩnh vực may mặc và giày dép theo Bộ Hướng dẫn của OECD. Mỗi phần nhỏ sẽ tương ứng với một bước thẩm định cụ thể trong quy trình. Nhìn chung, các khuyến nghị nêu trong Hướng dẫn Thẩm định Cốt lõi áp dụng với mọi rủi ro mà doanh nghiệp có thể gặp phải trong hoạt động và chuỗi cung ứng của mình.

Phần II: Các Mô-đun về rủi ro ngành

Phần này cung cấp thông tin về cách thức giúp doanh nghiệp thực hiện các khuyến nghị thẩm định nêu trong Phần I đối với các rủi ro ngành đặc thù của lĩnh vực may mặc và giày dép. Các mô-đun trong Phần II không phải là các hướng dẫn riêng lẻ, mà mục đích là để bổ sung cho Hướng dẫn Thẩm định Cốt lõi trong Phần I đồng thời cung cấp thông tin để doanh nghiệp có thể thiết kế các phương thức tiếp cận thẩm định của mình khi giải quyết các rủi ro đặc thù của ngành. Ngoài ra, các mô-đun không nhằm mục đích đưa ra Hướng dẫn về mặt kỹ thuật. Khuyến khích doanh nghiệp dựa vào hướng dẫn hiện có nếu phù hợp với những khuyến nghị của Hướng dẫn này.

GIỚI THIỆU VỀ THẨM ĐỊNH THEO BỘ HƯỚNG DẪN CỦA OECD VÀ CÁC KHÁI NIỆM CƠ BẢN ĐỂ THỰC HIỆN THẨM ĐỊNH

Các kỳ vọng của Bộ Hướng dẫn của OECD

"Các doanh nghiệp cần …tiến hành thẩm định theo rủi ro, chẳng hạn bằng cách lồng ghép thẩm định vào nội dung các hệ thống quản lý rủi ro của doanh nghiệp, để nhận diện, ngăn ngừa hoặc giảm thiểu các tác động bất lợi thực tế và tiềm ẩn […] Bản chất và mức độ thẩm định phù thuộc vào hoàn cảnh của một tình huống cụ thể." (Bộ Hướng dẫn của OECD, II, A10)

"Các doanh nghiệp cần… tránh gây ra hoặc góp phần gây ra tác động bất lợi đối với những vấn đề được quy định trong Bộ hướng dẫn, thông qua những hoạt động của doanh nghiệp, và phải xử lý các tác động đó khi chúng xảy ra." (Bộ Hướng dẫn của OECD, II, A11)

"Các doanh nghiệp cần … cố gắng ngăn ngừa hoặc giảm thiểu tác động bất lợi ngay cả khi mình không góp phần vào tác động đó song tác động đó lại liên quan trực tiếp tới hoạt động, sản phẩm hoặc dịch vụ của doanh nghiệp thông qua một mối quan hệ kinh doanh. Đây không phải là quy định nhằm chuyển trách nhiệm từ chủ thể gây ra tác động bất lợi sang cho doanh nghiệp mà chủ thể đó có mối quan hệ kinh doanh." (Bộ Hướng dẫn của OECD, II, A12)

Quy trình thẩm định và các biện pháp hỗ trợ chuỗi cung ứng có trách nhiệm

Đưa hành vi kinh doanh có trách nhiệm vào nội dung hệ thống quản lý và chính sách của doanh nghiệp

- Thông qua một chính sách nêu rõ các cam kết kinh doanh có trách nhiệm của doanh nghiệp trong hoạt động và các chuỗi cung ứng của doanh nghiệp
- Tăng cường hệ thống quản lý để tiến hành thẩm định các nguy cơ thiệt hại trong hoạt động và các chuỗi cung ứng của doanh nghiệp

o

Nhận diện các thiệt hại thực tế và tiềm ẩn trong hoạt động và chuỗi cung ứng của doanh nghiệp

- Xác định phạm vi rủi ro xảy ra thiệt hại trong hoạt động và chuỗi cung ứng của doanh nghiệp
- Tự đánh giá hoạt động của chính doanh nghiệp
- Đánh giá các bên cung ứng liên quan tới các rủi ro cao hơn ở cấp độ cơ sở
- Đánh giá mối quan hệ của doanh nghiệp với tác động

Chấm dứt, ngăn ngừa hoặc giảm thiểu thiệt hại trong hoạt động và chuỗi cung ứng của doanh nghiệp

- Chấm dứt, ngăn ngừa hoặc giảm thiểu thiệt hại trong hoạt động của chính doanh nghiệp
- Tìm cách ngăn ngừa hoặc giảm thiểu thiệt hại trong chuỗi cung ứng của doanh nghiệp

Theo dõi

- Xác minh, theo dõi và xác nhận tiến độ thẩm định và hiệu quả thẩm định trong hoạt động của chính doanh nghiệp *
- Xác minh, theo dõi và xác nhận tiến độ thẩm định và hiệu quả thẩm định trong chuỗi cung ứng của doanh nghiệp

	Thông tin • Thông tin công khai về các quy trình thẩm định của doanh nghiệp, kể cả cách thức doanh nghiệp đã áp dụng để xử lý các thiệt hại thực tế và tiềm ẩn • Giao tiếp với các bên có quyền lợi liên quan bị ảnh hưởng
	Chủ động khắc phục hoặc hợp tác khắc phục khi thích hợp • Thiết lập một quy trình để tạo điều kiện cho việc khắc phục thiệt hại trong chính hoạt động của doanh nghiệp • Cam kết giải quyết các khiếu nại đối với doanh nghiệp được đưa ra trong các quy trình hợp pháp

* Hiệu quả thẩm định được đánh giá bằng mức độ các thiệt hại thực tế và tiềm ẩn được ngăn ngừa hoặc giảm thiểu trong hoạt động hoặc chuỗi cung ứng của doanh nghiệp.

Thẩm định theo quy định trong Bộ Hướng dẫn của OECD

Thẩm định là quy trình mà qua đó các doanh nghiệp có thể nhận diện, ngăn ngừa, giảm thiểu và giải trình về những phương thức được áp dụng để giải quyết các tác động bất lợi thực tế và tiềm ẩn[5]. Thẩm định được thực hiện theo Bộ Hướng dẫn của OECD đối với các tác động bất lợi cụ thể (là các thiệt hại). Một doanh nghiệp cần tiến hành thẩm định đối với hoạt động của mình, các bên cung ứng trong chuỗi cung ứng của mình và đối với các mối quan hệ kinh doanh khác.

Thẩm định là một quá trình liên tục trên cơ sở thừa nhận các nguy cơ thiệt hại có thể thay đổi theo thời gian khi hoạt động của doanh nghiệp và bối cảnh hoạt động thay đổi[6].

CÁC KHÁI NIỆM CHÍNH

Tác động Bất lợi – trong bối cảnh Bộ hướng dẫn của OECD, "tác động bất lợi" có thể dược coi là các tác động có hại đối với những vấn đề được nêu trong Bộ Hướng dẫn của OECD (VD lao động trẻ em, phân biệt đối xử, hóa chất độc hại v.v…). Vì vậy, các khái niệm "thiệt hại" và "tác động bất lợi" được sử dụng thay thế cho nhau trong Hướng dẫn này.

Rủi ro – Trong Hướng dẫn này, "rủi ro" là những nguy cơ thiệt hại xảy ra đối với con người, các tổ chức hay cộng đồng liên quan tới quyền con người, quyền lao động và môi trường. Hướng dẫn này không chú trọng tới các rủi ro đối với bản thân doanh nghiệp.

Dựa trên rủi ro

Thẩm định cần dựa trên rủi ro. Trên thực tế, khái niệm này có thể được sử dụng trong toàn bộ Hướng dẫn và có thể được hiểu như sau:

- Các biện pháp mà doanh nghiệp áp dụng để tiến hành thẩm định phải tương xứng với khả năng xảy ra cũng như mức độ nghiêm trọng của thiệt hại. Ví dụ, nếu doanh nghiệp sử dụng nguồn cung ở một quốc gia có hệ thống thanh tra lao động còn yếu kém, thì các biện pháp mà doanh nghiệp áp dụng để ngăn ngừa tình trạng lao động trẻ em, lao động cưỡng bức và các tác động khác đối với lao động sẽ phải bao quát hơn so với trường hợp các nguồn cung ứng đó đến từ một quốc gia có hệ thống thanh tra lao động vững mạnh.
- Doanh nghiệp có thể xác lập thứ tự các biện pháp mà mình sẽ ưu tiên thực hiện dựa trên khả năng xảy ra và mức độ nghiêm trọng của thiệt hại.

Các yếu tố có thể ảnh hưởng tới bản chất và mức độ thẩm định

Mọi doanh nghiệp đều có trách nhiệm tiến hành thẩm định bất kể quy mô hoặc bối cảnh hoạt động của họ là gì. Tuy nhiên, bản chất và mức độ thẩm định, chẳng hạn như các bước thực hiện cụ thể phù hợp

[5] Bộ Hướng dẫn của OECD, II, Bình luận 14.

[6] Bộ Hướng dẫn của OECD, II, Bình luận 45.

với tình hình cụ thể sẽ phụ thuộc vào những yếu tố như quy mô của doanh nghiệp, bối cảnh hoạt động của doanh nghiệp, các khuyến nghị cụ thể trong Bộ Hướng dẫn của OECD, và khả năng xảy ra cũng như mức độ nghiêm trọng của tác động bất lợi[7]. Hơn nữa, đối với vấn đề quyền con người, các bước thẩm định cụ thể có thể sẽ khác so với các lĩnh vực rủi ro khác. Hướng dẫn này sẽ đánh giá mức độ ảnh hưởng của các yếu tố quy mô, bản chất hoạt động kinh doanh và mô hình tìm nguồn cung ứng của một doanh nghiệp đối với bản chất và mức độ thẩm định. Tuy nhiên, có những yếu tố khác nữa cũng có thể ảnh hưởng đến các bước tiến hành thẩm định cụ thể của doanh nghiệp

- *Các mô hình tìm nguồn cung ứng*: Cách thức tổ chức tìm nguồn cung ứng của một doanh nghiệp có thể ảnh hưởng tới cách thức doanh nghiệp đó tiến hành thẩm định. Ví dụ, nếu một doanh nghiệp tìm nguồn cung thông qua các đại lý mua bán, doanh nghiệp sẽ phải cùng với đại lý đó đánh giá bên cung ứng. Để đơn giản hơn, Hướng dẫn này mô tả đặc điểm của các mô hình tìm nguồn cung ứng theo các cách sau.
    - Tìm nguồn cung trực tiếp: doanh nghiệp có quan hệ hợp đồng trực tiếp với bên cung ứng[8].
    - Tìm nguồn cung gián tiếp: Doanh nghiệp tìm nguồn sản phẩm (ví dụ nguyên liệu thô hoặc hàng hóa thành phẩm) thông qua các bên trung gian.
- *Quy mô doanh nghiệp*: Mặc dù quy mô của một doanh nghiệp không làm thay đổi trách nhiệm thực hiện thẩm định, nhưng quy mô đó có thể ảnh hưởng tới cách thức doanh nghiệp tiến hành thẩm định. Ví dụ, nguồn lực, kiến thức và năng lực thẩm định của các doanh nghiệp vừa và nhỏ (SME) có thể bị hạn chế hơn so với các doanh nghiệp lớn hơn. Đồng thời, hoạt động của các SME thường nhỏ hơn và họ có ít bên cung ứng hơn.
- *Tính chất kinh doanh*: Tính chất kinh doanh của một doanh nghiệp cũng có thể ảnh hưởng tới cách thức doanh nghiệp tiến hành thẩm định, ví dụ doanh nghiệp là công ty chuyên bán lẻ, hay là một nhãn hàng, một đại lý mua hàng hay một nhà sản xuất v.v.... Ví dụ, đối với những mặt hàng mà một công ty bán lẻ chỉ bán sản phẩm chứ không sở hữu trực tiếp nhãn hàng, thì các bước thẩm định đối với những nhãn hàng này có thể sẽ rất khác so với trường hợp công ty đó vừa sở hữu nhãn hàng và sở hữu sản phẩm.

Sự tham gia có ý nghĩa của các bên có quyền lợi liên quan

Doanh nghiệp cần huy động sự tham gia có ý nghĩa của các bên có quyền lợi liên quan bị ảnh hưởng, coi họ là một phần của quá trình thẩm định. Sự tham gia này phải mang tính tương tác, hai chiều và có thiện chí. Các bên có quyền lợi liên quan phải được cung cấp các thông tin hoàn chỉnh và đúng sự thật đồng thời phải có cơ hội tham gia ý kiến trước khi các quyết định quan trọng được đưa ra có thể ảnh hưởng tới họ.

Các bên có quyền lợi liên quan bao gồm những người hoặc nhóm người đang hoặc có thể bị ảnh hưởng trực tiếp hoặc gián tiếp bởi các hành động của doanh nghiệp và những người đối thoại của họ. Trong lĩnh vực lĩnh vực may mặc và giày dép, các bên có quyền lợi liên quan của doanh nghiệp có thể gồm:

- người làm việc trong doanh nghiệp, các công nhân khác thực hiện công việc nhân danh doanh nghiệp, công đoàn và các tổ chức đại diện mà người lao động tự do lựa chọn
- công nhân, công đoàn và các tổ chức đại diện mà người lao động tự do lựa chọn trong chuỗi cung ứng của doanh nghiệp bị tác động bởi hoạt động của doanh nghiệp
- các bên cung ứng của doang nghiệp

[7] Bộ Hướng dẫn của OECD, II, Bình luận 15.

[8] Không nên nhầm lẫn hai khái niệm "nguồn cung trực tiếp" và "liên quan trực tiếp" được dùng trong Bộ Hướng dẫn của OECD. Một doanh nghiệp không nhất thiết phải sử dụng trực tiếp nguồn cung của một bên cung ứng, những vẫn có thể liên quan trực tiếp tới các tác động bất lợi trong chuỗi cung ứng của doanh nghiệp.

- các thành viên của cộng đồng bị tác động bởi hoạt động của doanh nghiệp
- chính phủ các quốc gia nơi doanh nghiệp hoạt động hoặc có nguồn cung ứng.

Các bên có quyền lợi liên quan cần tham gia – nghĩa là họ phải tích cực tham gia vào các bước thiết kế và thực hiện các quy trình thẩm định sau:

- Đánh giá tại chỗ bên cung ứng. Xem Phần 2.3.
- Xây dựng các kế hoạch hành động khắc phục. Xem Phần 3.
- Xác minh, xác nhận và theo dõi tác động. Xem Phần 4.
- Thiết kế các cơ chế giải quyết khiếu nại ở cấp hoạt động. Xem Phần 6.1.

Trên thực tế, điều này có nghĩa là người lao động và công đoàn và các tổ chức đại diện mà người lao động tự do lựa chọn phải tham gia vào các quy trình thẩm định nói trên để rà soát các rủi ro về lao động.

Cần khuyến khích doanh nghiệp tham vấn với các bên có quyền lợi liên quan – nghĩa là cần phải có ý kiến đóng góp và phản biện của họ – khi xác định quy mô rủi ro trong hoạt động và chuỗi cung ứng của doanh nghiệp.

Trên thực tế, doanh nghiệp có thể tiếp xúc với các bên có quyền lợi liên quan theo một số cách. Khuyến khích doanh nghiệp và các bên có quyền lợi liên quan cùng phối hợp để xác định được các phương pháp tham gia hiệu quả cho cả hai bên. Quan hệ lao động có thể được coi là một hình thức tiếp xúc quan trọng để qua đó ban lãnh đạo tiếp xúc với tập thể người lao động. Doanh nghiệp nên ưu tiên tiếp xúc với các bên có quyền lợi liên quan, hoặc những người đối thoại của họ - là những người có nhiều khả năng bị ảnh hưởng nhất bởi các hoạt động của doanh nghiệp.

Hợp tác trong thẩm định

Đối với nhiều khuyến nghị trong Hướng dẫn này, có thể thực hiện trên cơ sở hợp tác ở cấp ngành, trực tiếp liên kết với các tổ chức công đoàn hoặc thông qua các sáng kiến của nhiều bên liên quan, và thực sự hợp tác là yếu tố rất được khuyến khích trong toàn bộ Hướng dẫn này. Hợp tác không làm thay đổi trách nhiệm của từng doanh nghiệp trong việc nhận diện, ngăn ngừa hoặc giảm thiểu thiệt hại. Tuy nhiên, cộng tác có thể là phương tiện tiến hành thẩm định. Phần I của Hướng dẫn sẽ hướng dẫn thêm khi nào thì nên hợp tác. Tuy nhiên, các hướng dẫn này về cộng tác không mang tính tổng thể.

Hợp tác ngành

Có một số hình thức hợp tác trong ngành, nhưng nhìn chung mục đích của hợp tác ngành là để chia sẻ kiến thức, gia tăng mức độ ảnh hưởng, và nhân động các biện pháp hiệu quả.

- *Chia sẻ thông tin* – nhiều doanh nghiệp trong lĩnh vực may mặc và giày dép cùng sử dụng nguồn cung từ các quốc gia và nhà cung ứng giống nhau. Chia sẻ thông tin có thể giúp họ nâng cao nhận thức về các rủi ro cụ thể trong ngành và nhận biết về các rủi ro mới nổi nhanh hơn so với khả năng của từng doanh nghiệp riêng lẻ.
- *Gia tăng ảnh hưởng* – mức độ ảnh hưởng là khả năng của một doanh nghiệp tác động tới doanh nghiệp khác. Khả năng ảnh hưởng của một doanh nghiệp đối với các bên cung ứng của mình có ý nghĩa quan trọng khi nhận diện, ngăn ngừa và hạn chế các tác động có hại liên quan tới bên cung ứng. Tuy nhiên, có nhiều lý do khiến cho một doanh nghiệp không thể tự có khả năng gây ảnh hưởng, chẳng hạn do quy mô nhỏ hoặc do sức mua tương đối không đáng kể. Nếu một doanh nghiệp đơn lẻ có thể thiếu khả năng gây ảnh hưởng, thì một nhóm doanh nghiệp cùng với nhau có thể tạo ra tầm ảnh hưởng lớn hơn, chẳng hạn cùng thực hiện hoạt động, kết hợp các thời hạn và biện pháp đôn đốc trong nội dung kế hoạch hành động khắc phục của một bên cung ứng.
- Nhân rộng các biện pháp hiệu quả – các sáng kiến hợp tác có thể góp phần quan trọng vào việc nhân rộng các giải pháp đã được chứng tỏ là có hiệu quả đồng thời tránh trùng lặp trong quá

trình lên kế hoạch (ví dụ: chính sách, đào tạo, nâng cao năng lực, v.v.)[9]. Tương tự, việc nhân rộng các biện pháp hiệu quả có thể thu hút các doanh nghiệp SME có nguồn lực hạn chế đầu tư ban đầu để thí điểm các giải pháp.

- Tăng cường tính minh bạch của ngành - hợp tác có thể tạo điều kiện cho việc cung bố các thông tin tổng hợp, ví dụ, về các đánh giá bên cung ứng, hành động khắc phục được thực hiện và các cải tiến được đo lường, qua đó giúp tăng cường tính minh bạch của toàn ngành, đồng thời cho phép các doanh nghiệp trao đổi thông tin cơ sở khi họ đã sẵn sàng.

Chia sẻ và tiết kiệm chi phí thường là một trong những lợi ích của hợp tác ngành. Điều này có thể đặc biệt hữu ích đối với các SME.

Ngoài những điểm trên, nếu ở một địa bàn nào đó, một tác động đặc thù có tính phổ biến trong nhiều lĩnh vực, thì hợp tác liên ngành cũng có thể tạo điều kiện nhận diện và nhân rộng các giải pháp hiệu quả (thay vì đẩy tác động từ lĩnh vực này sang lĩnh vực khác). Ví dụ, xem Mô-đun 1 về Lao động trẻ em và Mô-đun 3 về Lao động cưỡng bức.

Thỏa thuận trực tiếp với công đoàn

Doanh nghiệp nên huy động người lao động và tổ chức công đoàn và tổ chức đại diện do chính người lao động tự lựa chọn tham gia vào quá trình thẩm định được đề cập trong phần trên. Doanh nghiệp cũng có thể trực tiếp ký kết các thỏa thuận với tổ chức công đoàn: (i) để tạo điều kiện cho người lao động tham gia vào việc thiết kế và thực hiện các quy trình thẩm định, (ii) thực hiện các chuẩn mực về quyền của người lao động và buộc doanh nghiệp phải chịu trách nhiệm về các quyền đó (iii) trình bày các khiếu nại đối với doanh nghiệp liên quan tới quyền của người lao động. Hợp tác có thể tự nguyện hoặc bắt buộc theo quy định trong luật. Dưới đây là một số ví dụ về hợp tác trực tiếp với các tổ chức công đoàn, trong đó có thỏa thuận khung toàn cầu và thỏa thuận giao thức về quyền tự do hiệp hội. Tuy nhiên, những ví dụ này không toàn diện.

- Các thỏa thuận khung toàn cầu (GFA) là các hiệp định được đàm phán ở cấp độ toàn cầu giữa một doanh nghiệp và Liên đoàn toàn cầu. Mục đích của các thỏa thuận này là đề cao quyền của người lao động trong mọi hoạt động và chuỗi cung ứng của một công ty bằng cách thực hiện các tiêu chuẩn về quyền công đoàn, các thông lệ về sức khỏe, an toàn và môi trường và các nguyên tắc về chất lượng làm việc, bất kể các tiêu chuẩn đó có hiện hành ở một quốc gia cụ thể hay không. GFA có thể ràng buộc về mặt pháp lý.

- Các thỏa thuận giao thức về quyền tự do hiệp hội thể hiện sự hiểu biết và cam kết chung giữa các tổ chức công đoàn và doanh nghiệp về việc thực hiện quyền tự do hiệp hội trong các quan hệ lao động trong một bối cảnh cụ thể. Các thỏa thuận này có thể được ký kết ở cấp địa phương giữa một thương hiệu riêng lẻ với bên cung ứng và tổ chức công đoàn hoặc ở cấp khu vực hoặc toàn ngành giữa một nhóm người mua, các bên cung ứng và tổ chức công đoàn. Các thỏa thuận giao thức có thể ràng buộc pháp lý. Xem Hộp 13.

- Các thỏa thuận ngành giữa các doanh nghiệp và tổ chức công đoàn ở cấp độ toàn cầu là những thỏa thuận được thiết lập để giải quyết những rủi ro đặc thù của ngành trong lĩnh vực may mặc và giày dép thông qua sự hợp tác giữa công đoàn toàn cầu và doanh nghiệp. Các thỏa thuận này đặt ra một mục tiêu chung và một khuôn khổ hành động chung mà tất cả các thành viên cùng nhất trí thực hiện.

[9] Nếu việc đánh giá bên cung ứng hoặc xây dựng chương trình (VD lên kế hoạch tập huấn) có sự trùng lặp, điều đó sẽ tạo ra gánh nặng không cần thiết cho các bên cung ứng mà chưa chắc đã cải thiện chất lượng thông tin thu thập hoặc phổ biến hoặc chưa chắc đã giúp nâng cao năng lực cho bên cung ứng. Các sáng kiến tập thể nhằm hài hòa hóa phương pháp đánh giá và hỗ trợ việc công nhận các kết quả đánh giá được hài hòa hóa sẽ giảm bớt gánh nặng cho bên cung ứng cũng như nâng cao chất lượng đánh giá, với điều kiện phải tuân thủ các chuẩn mực cao trong đánh giá

Các sáng kiến giữa nhiều bên có lợi ích liên quan

Các doanh nghiệp cũng có thể hợp tác thông qua các sáng kiến đa bên (gọi tắt là MSI). Các MSI thường được thiết lập để tạo điều kiện phối hợp giữa các bên có lợi ích liên quan nhằm giải quyết các rủi ro đặc thù của ngành hoặc để thực hiện các bước cụ thể trong quá trình thẩm định. Mặc dù theo định nghĩa, MSI bao gồm sự tham gia của nhiều bên có quyền lợi liên quan, song giữa các MSI có sự khác biệt lớn về thành viên và mục tiêu.

Thách thức tiềm năng trong hợp tác

Một trong những thách thức trong hợp tác là khả năng nhận diện và chia sẻ thông tin về bên cung ứng của các doanh nghiệp giữa các bên tham gia các sáng kiến hợp tác. Để tạo thuận lợi cho việc hợp tác, người ta khuyến khích ngành dệt may và giày dép chú trọng tới việc chia sẻ thông tin và áp dụng phương pháp tiếp cận chung để xác định các bên cung ứng (ví dụ: số đăng ký các bên cung ứng hoặc mã ID).

Đảm bảo sự phù hợp của các sáng kiến hợp tác với quy định của luật cạnh tranh cũng là một thách thức thường được nêu lên trong ngành nhất là hợp tác để thẩm định. Tuy nhiên, luật cạnh tranh không cấm các công ty hợp tác với nhau trừ khi việc hợp tác đó ảnh hưởng đến các thông số quan trọng của cạnh tranh. Xem Hộp 1 để biết thêm thông tin.

Hộp 1. Luật cạnh tranh và hành vi kinh doanh có trách nhiệm[1]

Luật cạnh tranh không cấm các hoạt động hợp tác của các công ty trừ khi chúng ảnh hưởng đến các thông số quan trọng của cạnh tranh.

Nói chung, luật và các chính sách cạnh tranh nghiêm cấm: (i) các thỏa thuận hạn chế cạnh tranh nghiêm trọng (hardcore cartels)/các hạn chế trần trụi; (ii) các thỏa thuận chống cạnh tranh khác; (iii) hành vi đơn phương chống cạnh tranh nhằm khai thác hoặc mở rộng vị trí thống lĩnh thị trường hoặc sức mạnh thị trường; và (iv) mua bán và sáp nhập nhằm hạn chế cạnh tranh. Các hoạt động hợp tác giữa các đối thủ cạnh tranh độc lập thường được xem xét theo mục i và ii.

Trong nhiều, và có lẽ là hầu hết các trường hợp, doanh nghiệp có thể hợp tác thực hiện các hoạt động kinh doanh có trách nhiệm và thẩm định mà không vi phạm luật cạnh tranh. Tuy nhiên, khi có ý kiến quan ngại, doanh nghiệp có thể thực hiện các bước để tránh các vấn đề phát sinh liên quan tới luật cạnh tranh. Ví dụ, người ta khuyến khích doanh nghiệp, hoặc các sáng kiến hợp tác mà doanh nghiệp tham gia:

- Xin ý kiến tham mưu của các cơ quan quản lý cạnh tranh trong trường hợp họ nghi ngờ một quy trình hoạt động hay một hoạt động hợp tác cụ thể của mình có thể bị coi là trái với luật cạnh tranh và do đó làm gia tăng rủi ro pháp lý.
- Đảm bảo tính minh bạch của các sáng kiến hợp tác để giảm thiểu các quan ngại về cạnh tranh. Các cơ quan quản lý cạnh tranh có xu hướng nghi ngờ các sáng kiến hoặc thỏa thuận giữa các đối thủ cạnh tranh nếu việc làm đó hoàn toàn bị giữ kín. Hơn nữa, minh bạch có thể giúp đưa ra ánh sáng các vấn đề tiềm ẩn và do đó đảm bảo chúng được giải quyết nhanh chóng.
- Hình thành các chương trình tuân thủ chống độc quyền. Các cơ quan quản lý cạnh tranh của các nước thường cung cấp các tài liệu hướng dẫn thiết kế và thực thi các chương trình tuân thủ tốt nhất. Ngoài ra cũng có các hướng dẫn chung về các thông lệ phổ biến nhất.

1. Để được hướng dẫn thêm, tham khảo Capobianco, Gillard và Bijelic, (2015), "Luật cạnh tranh và hành vi kinh doanh có trách nhiệm", các tài liệu tham khảo của phần Luật cạnh tranh và Hành vi kinh doanh có trách nhiệm của Diễn đàn toàn cầu về Hành vi kinh doanh có trách nhiệm, OECD, Paris.

Trách nhiệm giải trình

Như đã nêu ở trên, các doanh nghiệp chịu trách nhiệm cá nhân về hoạt động thẩm định của mình và phải đảm bảo rằng mọi nỗ lực chung đều phải xem xét một cách hợp lý đến các trường hợp cụ thể của từng doanh nghiệp. Trên thực tế, điều này có nghĩa là người ta khuyến khích các doanh nghiệp xem xét đóng góp hiệu quả vào các sáng kiến hợp tác, ví dụ, bằng cách:

- báo cáo về những thiệt hại và rủi ro đang nổi mà doanh nghiệp tự nhận thấy một cách độc lập[10]
- chia sẻ thông tin liên quan đến hoạt động hoặc các bên cung ứng của doanh nghiệp (ví dụ: chia sẻ bí mật danh sách các bên cung ứng cho sáng kiến)
- hỗ trợ kỹ thuật, nếu thích hợp.

Hơn nữa, khi tham gia một sáng kiến hợp tác để thực hiện các bước thẩm định cụ thể, doanh nghiệp nên xác định rõ sáng kiến đó sẽ giúp doanh nghiệp thực hiện những khía cạnh thẩm định nào và những nội dung nào doanh nghiệp sẽ phải tự thực hiện. Theo khuyến nghị, các sáng kiến thúc đẩy hợp tác trong thẩm định cần:

- Trình bày rõ ràng những nội dung thẩm định mà sáng kiến sẽ hỗ trợ (ví dụ: xác định rủi ro ngành, xác lập ưu tiên rủi ro, v.v ....)
- Thể hiện rõ sự phù hợp của phương pháp tiếp cận trong sáng kiến với khuyến nghị trong Hướng dẫn này. Về điều này, sáng kiến hợp tác có thể được xem xét bởi một nhóm chuyên gia tư vấn và các bên có lợi ích liên quan để xác định mức độ hỗ trợ thẩm định của sáng kiến đó phù hợp với Hướng dẫn này.

Cân nhắc giới khi áp dụng thẩm định

Phụ nữ chiếm phần đông lực lượng lao động trong chuỗi cung ứng hàng may mặc và giày dép. Các nguy cơ thiệt hại đối với nam và nữ thường khác nhau. Ví dụ, phụ nữ có nhiều khả năng bị trả lương thấp hơn nam giới; phụ nữ thường phải làm các công việc bấp bênh, không chính thức hoặc không thường xuyên, và những phụ nữ bị trả lương thấp đặc biệt dễ bị quấy rối ở nơi làm việc. Chính vì thế, vị trí đặc biệt của phụ nữ trong bối cảnh cụ thể cần được xem xét một cách có hệ thống trong mọi giai đoạn của quá trình thẩm định. Khuyến khích doanh nghiệp:

- Xem xét mức độ bị ảnh hưởng không tương xứng của phụ nữ bởi những tác động (VD lao động nhập cư, người thiểu số, phụ nữ trẻ v.v....). Ví dụ, quấy rối tình dục, bạo lực tình dục và bạo lực trên cơ sở giới là những vấn đề thường tác động tới phụ nữ trong ngành này.
- Đánh giá xem liệu một chương trình hay chính sách có thể gây ra những ảnh hưởng tiêu cực không mong muốn với phụ nữ không.
- Mời phụ nữ tham gia thiết kế các biện pháp theo dõi và đánh giá.
- Đánh giá xem liệu các bên bị ảnh hưởng (phụ nữ, nam giới, lao động nhập cư v.v…) có thể tiếp cận công bằng các cơ chế khiếu nại không.
- Đảm bảo khả năng tiếp cận của cá nhân thực hiện chức năng tiếp nhận của một cơ chế khiếu nại cho dù giới tính, tôn giáo của người khiếu nại là gì, v.v.... Cần đặc biệt chú ý tới phụ nữ thuộc các nhóm dễ bị tổn thương.

---

[10] Ví dụ, một bên có lợi ích liên quan có thể chuẩn bị thực hiện một thay đổi trong bối cảnh thực địa, và điều đó có nguy cơ gây ra thiệt hại cho doanh nghiệp. Doanh nghiệp cần chia sẻ thông tin này cho các bên trong sáng kiến.

PHẦN I
HƯỚNG DẪN THẨM ĐỊNH CỐT LÕI CHO LĨNH VỰC MAY MẶC VÀ GIÀY DÉP

1. ĐƯA HÀNH VI KINH DOANH CÓ TRÁCH NHIỆM VÀO NỘI DUNG HỆ THỐNG QUẢN LÝ VÀ CHÍNH SÁCH CỦA DOANH NGHIỆP

Các kỳ vọng trong Bộ Hướng dẫn của OECD

Bộ Hướng dẫn của OECD khuyến nghị rõ ràng các doanh nghiệp phải đưa ra cam kết về mặt chính sách đối với vấn đề công bố thông tin (II, 2d) và quyền con người (Bộ Hướng dẫn của OECD, IV, 4; Bộ Hướng dẫn của OECD, IV, Bình luận 44)

Bộ Hướng dẫn của OECD cũng khuyến nghị "các doangh nghiệp bày tỏ cam kết tôn trọng quyền con người của mình bằng một tuyên bố chính sách (i) được cấp lãnh đạo cao nhất của doanh nghiệp phê chuẩn; (ii) dựa trên chuyên môn trong và/hoặc ngoài doanh nghiệp; (iii) quy định những kỳ vọng về quyền con người mà doanh nghiệp đặt ra đối với nhân sự, các đối tác kinh doanh, và các bên khác liên quan trực tiếp tới hoạt động, sản phẩm hoặc dịch vụ của doanh nghiệp; (iv) được công bố và thông tin công khai trong nội bộ doanh nghiệp hoặc ra bên ngoài tới mọi nhân sự, các đối tác kinh doanh và các bên liên quan khác; (v) được thể hiện trong các chính sách và quy trình thủ tục vận hành cần thiết của doanh nghiệp để đảm bảo việc lồng ghép đó trong toàn doanh nghiệp". (Bộ Hướng dẫn của OECD IV, Bình luận 44)

Mặc dù Bộ Hướng dẫn của OECD không khuyến nghị rõ ràng các doanh nghiệp phải đưa ra cam kết về chính sách đối với những vấn đề khác ngoài công bố thông tin và quyền con người, song đó có thể coi là một thông lệ tốt nên được áp dụng đối với mọi Chương trong Bộ Hướng dẫn của OECD.

1.1 Thông qua một chính sách về kinh doanh có trách nhiệm trong đó nếu rõ các cam kết kinh doanh có trách nhiệm của doanh nghiệp trong hoạt động cũng như các chuỗi cung ứng của mình

Chính sách về kinh doanh có trách nhiệm của doanh nghiệp (sau đây gọi là chính sách RBC):

- Phải đưa ra các cam kết của doanh nghiệp về các hoạt động của mình, phải nêu rõ các kỳ vọng của doanh nghiệp đối với các đối tác kinh doanh - bao gồm các bên cung ứng, người được cấp phép và các bên trung gian – trong toàn bộ chuỗi cung ứng của mình.
- Phải đề cập đến các vấn đề được nêu trong Bộ Hướng dẫn của OECD. Chính sách RBC phải cam kết đề cao các tiêu chuẩn quốc tế về rủi ro ngành và rủi ro phân ngành, liên quan đến doanh nghiệp và tham chiếu rõ ràng đến các tiêu chuẩn quốc tế liên quan[11].
- Phải có cam kết thực hiện thẩm định đối với các rủi trọng yếu nhất của doanh nghiệp trong hoạt động của chính doanh nghiệp và trong chuỗi cung ứng của doanh nghiệp. Xem phần 2.1.
- *(Các nhà bán lẻ, các thương hiệu và các bên mua khác)* phải cam kết tuân thủ các thông lệ tìm

[11] Các rủi ro ngành của lĩnh vực may mặc và giày dép bao gồm, nhưng không giới hạn ở, lao động trẻ em; phân biệt đối xử; lao động cưỡng bức; thời gian làm việc; an toàn và sức khỏe nghề nghiệp; quyền thành lập hoặc tham gia công đoàn và tổ chức đại diện của người lao động; quyền thương lượng tập thể; tiền lương; hóa chất độc hại; tiêu thụ nước; tiêu thụ năng lượng và phát thải khí nhà kính; hối lộ và tham nhũng.

Ví dụ về các chuẩn mực quốc tế bao gồm Bộ Hướng dẫn của OECD dành cho các Doanh nghiệp đa quốc gia, Các Nguyên tắc Hướng dẫn của Liên Hiệp quốc về Kinh doanh và Quyền con người; Tuyên ngôn Quốc tế về Quyền con người; Tuyên bố của Tổ chức Lao động Quốc tế (ILO) về các Quyền và Nguyên tắc Cơ bản tại nơi làm việc. Trong mọi trường hợp, bất kể quốc gia và bối cảnh cụ thể của doanh nghiệp, cần tham chiếu tới các quyền con người đã được quốc tế công nhận thể hiện trong Bộ luật Nhân quyền Quốc tế. Bộ Hướng dẫn của OECD, IV, 39.

nguồn cung ứng có trách nhiệm, nghĩa là doanh nghiệp phải cam kết tìm cách ngăn ngừa phần đóng góp của mình vào các tác động bất lợi thông qua các hoạt động tìm nguồn cung ứng. Xem Hộp 4.

- Phải quy định các kỳ vọng của doanh nghiệp liên quan đến việc sử dụng nhà thầu phụ của các bên cung ứng trực tiếp, khi có liên quan, bao gồm định nghĩa về "hợp đồng phụ" và sự khác biệt trong công việc được thầu phụ nếu có. Xem Hộp 2.
- Phải thông tin tới những người lao động tại nhà về các kỳ vọng của doanh nghiệp liên quan đến tìm nguồn cung và sử dụng các công việc thủ công, nếu liên quan đến các mô hình kinh doanh của doanh nghiệp. Xem Mô-đun 12.
- Phải đưa ra cam kết huy động sự tham gia có ý nghĩa của các bên có quyền lợi liên quan bị ảnh hưởng trong quá trình thẩm định. Xem phần Giới thiệu về thẩm định trong Bộ Hướng dẫn của OECD.
- Nên đưa ra cam kết lắng nghe và giải quyết mọi khiếu nại về hoạt động của doanh nghiệp cho dù khiếu nại có được đưa ra theo hình thức nào; đồng thời cam kết lắng nghe và giải quyết tất cả các khiếu nại đã được xác thực và đánh giá và được gửi về thông qua các quy trình hợp pháp liên quan đến việc doanh nghiệp đã gây ra hoặc góp phần vào các thiệt hại trong chuỗi cung ứng. Xem Phần 6.2.

Hộp 2. Chính sách thầu phụ và các quy trình thẩm định khác

Việc đặt hàng cho các nhà thầu phụ là các bên thứ ba là một thực tế khá phổ biến ở nhiều công đoạn của chuỗi cung ứng hàng may mặc và giày dép. Việc thầu lại cho phép doanh nghiệp phản ứng nhanh đối với những đơn hàng có thời hạn thực hiện ngắn và các thay đổi trong đơn đặt hàng, giúp chuyên môn hóa một số công đoạn, và thuê ngoài các công đoạn chuyên môn hóa không được thực hiện trong doanh nghiệp, ví dụ như in lụa. Tuy nhiên, thuê ngoài cũng có thể làm giảm tính minh bạch trong chuỗi cung ứng và đã được chứng minh là làm gia tăng nguy cơ lạm dụng quyền con người và lao động cũng như tác động đến môi trường trong những bối cảnh rủi ro cao hơn. Do đó, khi hoạt động trong những bối cảnh rủi ro cao hơn và khi có nhiều khả năng phải ký thầu phụ, cần tăng cường các biện pháp thẩm định để doanh nghiệp thực hiện và giảm thiểu những rủi ro này.

Là một cấu phần của thẩm định, doanh nghiệp cần đặt ra các kỳ vọng rõ ràng cho các nhà cung ứng trực tiếp của mình hoạt động tại những địa bàn có rủi ro cao về việc liệu họ có được phép thầu phụ không và các yêu cầu tương ứng.

Doanh nghiệp cho phép thầu phụ

Nếu cho phép thầu lại, doanh nghiệp phải tiến hành thẩm định các nhà thầu phụ trong chuỗi cung ứng của mình hoặc đảm bảo rằng bên cung ứng của họ đã thẩm định. Trên thực tế, điều này có nghĩa là tất cả các bước của quy trình thẩm định - kể cả các biện pháp như xây dựng và giám sát các kế hoạch hành động khắc phục, nếu thích hợp - phải được thực hiện đối với các nhà thầu phụ. Các sáng kiến hợp tác có thể hỗ trợ việc thẩm định đối với các nhà thầu phụ.

Ngoài ra, khuyến khích doanh nghiệp đưa ra các yêu cầu rõ ràng về tính minh bạch và việc lựa chọn nhà thầu phụ. Dưới đây là một số biện pháp ví dụ.

- *Sơ tuyển nhà thầu phụ*: Các nhà thầu phụ phải được sơ tuyển thông qua các quy trình nghiêm ngặt tương tự như quy trình sơ tuyển nhà thầu trực tiếp. Xem phần 3.2.2. Theo khuyến nghị, quy trình sơ tuyển phải mang tính hệ thống trong đó các bên cung ứng nộp đơn xin phải có tên trong danh sách nhà thầu phụ đã được phê duyệt trước. Các hợp đồng phụ đã được phê duyệt có thể được rà soát bán thường xuyên (ví dụ: hàng năm) để tiếp tục có hiệu lực. Người lao động của nhà thầu phụ đó phải được tiếp cận với các cơ chế khiếu nại, tương tự như người lao động của các nhà thầu trực tiếp.

- *Quy trình hợp đồng*: Các bên cung ứng trực tiếp có thể ký hợp đồng thầu lại với các nhà thầu phụ đã được phê duyệt trước đó. Tuy nhiên, các nhà thầu trực tiếp phải sẵn sàng cung cấp các thông tin sau:
  - ý định của việc thầu lại công việc;
  - việc lựa chọn nhà thầu phụ đã được phê duyệt trước;
  - thông tin cập nhật về nhà thầu phụ; và
  - quy mô phân bổ hợp đồng.

Hộp 2. Chính sách thầu phụ và các quy trình thẩm định khác (tiếp)

- Nếu có thể, khuyến khích các nhà sản xuất duy trì quan hệ liên tục với các nhà thầu phụ của họ và tích cực tham gia vào việc xây dựng và giám sát hành động khắc phục, nếu có.

Doanh nghiệp không cho phép thầu phụ

Nếu lựa chọn cấm việc thầu lại, doanh nghiệp nên áp dụng các biện pháp bổ sung để giảm thiểu nguy cơ tiếp tục thầu lại cho các bên cung ứng trái phép hoặc để đảm bảo việc đặt hàng không dẫn đến tình trạng phải làm thêm giờ hoặc các tác động lao động khác. Ví dụ, trong trường hợp doanh nghiệp thay đổi các thông số kỹ thuật của đơn hàng, thời gian thực hiện cũng nên được sửa đổi để giảm nguy cơ ký hợp đồng phụ trái phép. Nói cách khác, doanh nghiệp nên giảm bớt động cơ của việc thầu phụ.

Bản chất của chính sách

Chính sách RBC của doanh nghiệp có thể chỉ là một chính sách duy nhất hoặc bao gồm một số chính sách độc lập hoặc có thể được tích hợp vào các tài liệu quản trị chung của doanh nghiệp - chẳng hạn như quy tắc ứng xử hoặc nguyên tắc đạo đức kinh doanh. Chính sách RBC của doanh nghiệp cũng có thể được xây dựng dựa trên các chính sách và cam kết hiện có[12].

Thông qua và cập nhật chính sách

Chính sách RBC của doanh nghiệp phải được xây dựng dựa trên kiến thức chuyên môn trong nội bộ và bên ngoài doanh nghiệp và phải được cấp cao nhất của doanh nghiệp thông qua.

Không nên coi chính sách RBC là một tài liệu tĩnh mà chính sách đó phải được cập nhật thường xuyên lặp đi lặp lại, dựa trên kiến thức ngày càng nhiều về các nguy cơ thiệt hại trong chuỗi cung ứng của doanh nghiệp và dựa trên đóng góp của các bên có quyền lợi liên quan trong và ngoài doanh nghiệp. Ví dụ, doanh nghiệp có thể xác định những kẽ hở chính sách của mình sau khi xác định phạm vi nguy cơ trong hoạt động và trong chuỗi cung ứng của mình. Xem phần 2.1.

Thông tin về chính sách

Chính sách RBC của doanh nghiệp cần được công bố rộng rãi và thông báo cho tất cả nhân viên, bên cung ứng và các đối tác kinh doanh khác và các bên liên quan khác. Xem phần 5.1.

Hợp tác

Có rất nhiều sáng kiến ngành, các thỏa thuận công đoàn và các sáng kiến đa bên trong lĩnh vực may mặc và giày dép đã xây dựng riêng cho mình chính sách và bộ quy tắc ứng xử cho các thành viên tham gia. Khuyến khích các doanh nghiệp áp dụng hoặc điều chỉnh các chính sách của mình theo các cam kết hiện có để tạo điều kiện cho toàn ngành hợp tác với nhau để đánh giá chính sách. Tuy nhiên, các chính sách mà doanh nghiệp áp dụng phải phù hợp với các khuyến nghị trong Hướng dẫn này. Các sáng kiến

[12] Phân tích khoảng cách dựa trên Bộ Hướng dẫn của OECD và Hướng dẫn Thẩm định này, đặc biệt liên quan tới các yêu cầu thẩm định, có thể giúp nêu bật những lĩnh vực cần cập nhật.

ngành, các thỏa thuận công đoàn và sáng kiến đa bên cần có quy trình để xem xét và cập nhật chính sách nhằm phản ánh những thay đổi về hoàn cảnh và các rủi ro mới nổi.

Các yếu tố có thể ảnh hưởng tới tính chất thẩm định

Mọi doanh nghiệp, bất kể quy mô, vị trí trong chuỗi cung ứng và địa bàn hoạt động, đều nên có một chính sách RBC. Tuy nhiên, chính sách của doanh nghiệp phải phản ánh được những nguy cơ thiệt hại đặc thù trong hoạt động của chính doanh nghiệp và trong chuỗi cung ứng của doanh nghiệp - những rủi ro này lại bị chính sản phẩm, mô hình kinh doanh, mô hình tìm nguồn cung ứng của doanh nghiệp, và quốc gia nơi doanh nghiệp hoạt động hoặc tìm nguồn cung ứng ảnh hưởng trở lại. Ngoài ra, người ta cũng khuyến khích doanh nghiệp thông qua các chính sách cho phù hợp với hoàn cảnh cụ thể và mô hình tìm nguồn cung ứng của họ. Ví dụ, một doanh nghiệp sử dụng các đại lý tuyển dụng việc làm của bên thứ ba thì được khuyến khích xây dựng một chính sách về tuyển dụng có trách nhiệm.

1.2 Củng cố các hệ thống quản lý để tiến hành thẩm định các nguy cơ thiệt hại trong chính hoạt động và chuỗi cung ứng của doanh nghiệp

Giám sát

Doanh nghiệp:

- được khuyến khích xây dựng hoặc tăng cường quản trị công ty để giám sát và hỗ trợ RBC, bao gồm giao cho hội đồng quản trị và quản lý cấp cao chịu trách nhiệm hướng dẫn doanh nghiệp tiếp cận và thực hiện RBC
- nên giao trách nhiệm giám sát việc thực hiện chính sách RBC cho các nhân viên cấp cao có năng lực, kiến thức chuyên môn và kinh nghiệm cần thiết
- cần quan tâm và hỗ trợ thỏa đáng việc thẩm định quyền con người, lao động, môi trường và rủi ro liêm chính và phân bổ nguồn lực cho phù hợp
- cần đảm bảo đủ thời gian cho nhân viên và đảm bảo những người phụ trách việc thẩm định chuỗi cung ứng có đủ năng lực thực hiện nhiệm vụ của họ.

Ra quyết định

Doanh nghiệp nên lồng ghép vấn đề thẩm định vào quá trình ra quyết định. Ví dụ:

- Doanh nghiệp đang cân nhắc phát triển một sản phẩm mới, và sản phẩm đó có thể làm tăng nguy cơ sử dụng hóa chất độc hại do phải nhuộm màu nguyên liệu. Doanh nghiệp có thể đưa yếu tố chi phí và tính khả thi của việc tiến hành thẩm định vào quá trình ra quyết định
- Một doanh nghiệp đang cân nhắc mở rộng hoạt động của mình sang một quốc gia khác vốn nổi tiếng về việc lạm dụng quyền con người. Doanh nghiệp cần đưa yếu tố chi phí và tính khả thi của việc tiến hành thẩm định quyền con người vào quá trình ra quyết định để xác định xem liệu doanh nghiệp có thể hoạt động một cách trách nhiệm tại quốc gia đó không.

Liên kết chức năng

Về bản chất, chính sách RBC liên quan đến một số phòng ban trong nội bộ doanh nghiệp (ví dụ: phòng thiết kế, bộ phận tìm nguồn cung ứng v.v ....). Do đó, khuyến khích doanh nghiệp chú ý tới tính liên kết giữa các nhóm và đơn vị kinh doanh trong nội bộ, nhất là khi các biện pháp ưu đãi của một đơn vị kinh doanh không phù hợp với chính sách RBC. Dưới đây là một số ví dụ về việc làm thế nào doanh nghiệp có thể thúc đẩy sự liên kết chức năng:

- Tạo điều kiện cho các đơn vị kinh doanh cho ý kiến phản hồi và học hỏi lẫn nhau về thẩm định và chính sách RBC
- Đảm bảo cung cấp thông tin đầy đủ và thích hợp về thẩm định cho những người ra quyết định có liên quan

- Huy động sự tham gia của nhiều đơn vị kinh doanh vào quá trình ra quyết định, nếu quyết định đó có thể làm tăng nguy cơ thiệt hại trong hoạt động hoặc trong chuỗi cung ứng của chính doanh nghiệp (ví dụ: tìm nguồn cung ứng ở một quốc gia mới, có rủi ro cao hơn).

Ví dụ, trong lĩnh vực may mặc và giày dép, các biện pháp khuyến khích của đơn vị mua hàng và các biện pháp khuyến khích của đơn vị kinh doanh chuyên giám sát việc thực thi các quy định về quyền con người, lao động và môi trường của bên cung ứng có thể không phù hợp với nhau. Do đó, khuyến nghị các đơn vị mua hàng phải tìm hiểu các thông tin được cập nhật liên tục chẳng hạn: các bên cung ứng được sơ tuyển cho việc cung ứng; các nhà thầu phụ được sơ tuyển để cung cấp (nếu có liên quan); và năng lực đặt hàng của bên cung ứng.

Các hệ thống thông tin hỗ trợ thẩm định

Doanh nghiệp cần phát triển các hệ thống quản lý thông tin chính xác, cập nhật và có khả năng lưu trữ đầy đủ nhất các thông tin cần thiết để tiến hành thẩm định. Theo khuyến nghị, thông tin nên được lưu trữ trong năm năm. Hướng dẫn này tham chiếu tới việc xác định các thông tin được nêu trong Bảng 1 vì mục đích thẩm định[13].

Bảng 1. Các thông tin sẽ được thu thập và lưu trữ để phục vụ cho hoạt động thẩm định

Thông tin	Tham chiếu trong Hướng dẫn
Các sản phẩm doanh nghiệp mua và sản xuất và các rủi ro thiệt hai chung liên quan tới việc sản xuất và bán các sản phẩm đó	Phần 2.1
(Dành cho các nhà bán lẻ) Danh mục các thương hiệu mà doanh nghiệp bán và các sản phẩm liên quan	Bảng 3
(Dành cho các nhà bán lẻ) Thông tin liệu những thương hiệu mà doanh nghiệp bán có tiến hành thẩm định không	Bảng 3
Các quốc gia cung ứng cho doanh nghiệp có nguy cơ thiệt hại cao hơn. Danh sách này có thể bao gồm các quốc gia ở đầu chuỗi cung ứng của doanh nghiệp ví dụ các nhà xuất khẩu nguyên liệu thô	Phần 2.1
Các bên cung ứng và các đối tác kinh doanh khác của doanh nghiệp đang hoạt động ở các công đoạn hoặc tìm nguồn cung ứng ở các quốc gia có nguy cơ thiệt hại ở mức cao hơn	Phần 2.3
(Tùy chọn) các điểm kiểm soát trong chuỗi cung ứng đối với các sản sản phẩm liên kết tới thiệt hại nghiêm trọng ở thượng nguồn chuỗi cung ứng của doanh nghiệp	Hộp 3
Các công đoạn trong chuỗi cung ứng (VD kết cườm, thêu, hay thuộc da) có nhiều khả năng sử dụng lao động tại gia hơn	Mô-đun 12
Các công đoạn trong chuỗi cung ứng có nhiều khả năng sử	Hộp 2

[13] Người ta đã rất chú trọng tới việc lập bản đồ chuỗi cung ứng trong lĩnh vực may mặc và da giày. Việc xác định xem doanh nghiệp nhận nguồn cung ứng từ ai và ở đâu là một quá trình quan trọng tạo điều kiện thuận lợi cho nhiều khía cạnh trong thẩm định, nhất là nhận diện các thiệt hại thực tế và tiềm ẩn (xem phần 2) và ngăn ngừa và giảm thiểu các tác động đó (xem phần 3). Doanh nghiệp cần nhận diện các bên cung ứng và các mối quan hệ kinh doanh khác của mình ở mức cần thiết để tiến hành thẩm định theo Hướng dẫn này. Điều quan trọng là mặc dù Hướng dẫn này không nêu rõ cấp độ bên cung ứng trong chuỗi cung ứng mà doanh nghiệp cần lập bản đồ, nhưng doanh nghiệp được kỳ vọng là sẽ phải đưa ra những lập luận giải thích cho cách thức mình tiến hành thẩm định (xem phần 5). Nói cách khác, một doanh nghiệp phải có khả năng giải thích được họ đã nhận diện các rủi ro ra sao và giải quyết các rủi ro trong chuỗi cung ứng của mình như thế nào

dụng thầu phụ hơn	
Kết luận của phần xác định quy mô rủi ro của doanh nghiệp	Phần 2.1
Kết luận trong phần đánh giá bên cung ứng cá nhân	Phần 2.3
Cam kết của bên cung ứng theo các kế hoạch hành động khắc phục có liên quan	Phần 3.1
Danh sách các bên cung ứng và nhà thầu phụ đã được sơ tuyển	Phần 3.2.2

2. NHẬN DIỆN CÁC THIỆT HẠI THỰC TẾ VÀ TIỀM ẨN TRONG HOẠT ĐỘNG VÀ CHUỖI CUNG ỨNG CỦA DOANH NGHIỆP

Các kỳ vọng trong Bộ Hướng dẫn của OECD

Bộ Hướng dẫn của OECD kỳ vọng rằng doanh nghiệp phải "nhận diện những tác động thực tế và tiềm ẩn đối với những vấn đề được nêu trong Bộ Hướng dẫn của OECD." (Bộ Hướng dẫn của OECD, II, A10)

Các tác động đó bao gồm tác động từ chính hoạt động của doanh nghiệp (II, A11) cũng như "những tác động doanh nghiệp không góp phần, nhưng lại bằng cách nào đó liên quan trực tiếp tới hoạt động, sản phẩm và dịch vụ của một mối quan hệ kinh doanh của doanh nghiệp." (Bộ Hướng dẫn của OECD, II, A12)

Trong bối cảnh của Bộ Hướng dẫn của OECD, "mối quan hệ kinh doanh" gồm "mối quan hệ với các đối tác và các thực thể kinh doanh trong chuỗi cung ứng của doanh nghiệp và bất cứ thực thể nhà nước hoặc phi nhà nước nào khác liên quan trực tiếp tới hoạt động kinh doanh, sản phẩm hay dịch vụ của doanh nghiệp". (Bộ Hướng dẫn của OECD, IV, Bình luận 43)

2.1 Xác định phạm vi của các nguy cơ thiệt hại trong hoạt động và chuỗi cung ứng của chính doanh nghiệp

Doanh nghiệp nên làm bài tập xác định phạm vi để nhận diện những nguy cơ thiệt hại đáng kể nhất trong hoạt động của chính mình và trong chuỗi cung ứng của mình. Việc xác định phạm vi phải dựa trên các rủi ro ngành đã được biết và xem xét các yếu tố rủi ro liên quan. Xác định phạm vi phải được thực hiện định kỳ, được thông tin và ghi lại.

Khuyến khích doanh nghiệp dựa trên những rủi ro ngành và phân ngành đã biết để xác định khả năng xảy ra rủi ro và mức độ nghiêm trọng của thiệt hại trong hoạt động và chuỗi cung ứng của mình căn cứ vào các yếu tố như quốc gia nơi doanh nghiệp hoạt động hoặc sử dụng nguồn cung, sản phẩm mà doanh nghiệp sản xuất hoặc bán, và các thông lệ kinh doanh và tìm nguồn cung ứng của doanh nghiệp. Mỗi yếu tố nguy cơ trong số này sẽ được mô tả dưới đây. Doanh nghiệp nên xem xét các lĩnh vực rủi ro chung từ khâu nguyên liệu thô đến khâu bán lẻ. Dựa trên tất cả các thông tin đã biết, doanh nghiệp phải xác định đâu là (hoặc có khả năng là) rủi ro đáng kể nhất trong hoạt động của chính mình và trong chuỗi cung ứng của mình. Các yếu tố như số lượng dòng sản phẩm mà doanh nghiệp có, số lượng quốc gia mà doanh nghiệp sử dụng nguồn cung v.v... có thể ảnh hưởng đến cách thức doanh nghiệp xác định phạm vi rủi ro có hại trong chuỗi cung ứng của mình. Xem Bảng 3.

Phương pháp

Doanh nghiệp có thể dựa vào kết quả nghiên cứu tại bàn. Khi xuất hiện khoảng trống thông tin, doanh nghiệp nên tiếp xúc với các bên có lợi ích liên quan và các chuyên gia. Doanh nghiệp có thể thành lập một tổ tư vấn của các bên có lợi ích liên quan bên ngoài, gồm cả đại diện của người lao động, để cung cấp thông tin đầu vào cho quá trình xác định phạm vi và đánh dấu các vấn đề mới phát sinh. Các vấn đề được nêu ra thông qua hệ thống cảnh báo sớm hoặc cơ chế khiếu nại cũng có thể thông tin về các dạng tác động.

Doanh nghiệp nên định kỳ xem xét lại các phát hiện trong kết luận đánh giá của mình khi xác định phạm vi (ví dụ: hai năm một lần). Tuy nhiên, thẩm định không phải là một quá trình tĩnh. Do đó, doanh nghiệp phải liên tục cập nhật thông tin để hiểu rõ hơn về các rủi ro trong hoạt động và trong chuỗi cung ứng của mình và phải luôn tính đến các thay đổi hoàn cảnh - chẳng hạn như những thay đổi trong khuôn khổ pháp lý của một quốc gia – và sẵn sàng ứng phó với những rủi ro phát sinh.

Rủi ro ngành

Rủi ro ngành là những rủi ro phổ biến của lĩnh vực may mặc và giày dép toàn cầu ở mọi dòng sản phẩm và mọi khu vực địa lý. Các đặc điểm chính của chuỗi cung ứng may mặc và giày dép – tay nghề thấp, thâm dụng lao động, sản xuất phân tán, thời gian thực hiện ngắn – khiến cho việc xảy ra các tác động về quyền lao động và quyền con người trong ngành có nguy cơ cao hơn. Nhiều rủi ro trong số này tồn tại ở mỗi cấp độ của chuỗi cung ứng. Tương tự, bản thân các nguyên vật liệu được sử dụng trong các sản phẩm và quá trình phát triển sản phẩm làm tăng nguy cơ tác động môi trường ở các công đoạn khác nhau trong chuỗi cung ứng hàng may mặc và giày dép. Ví dụ, xử lý ướt có nguy cơ sử dụng nhiều hóa chất độc hại hơn so với công nghệ CMT (cut-make-trim). Các rủi ro ngành phổ biến nhất đã được ghi nhận đầy đủ và được liệt kê dưới đây. Một số phân ngành (ví dụ: hàng xa xỉ, quần áo thể thao, quần áo bảo hộ lao động, v.v ....) có thể đối mặt với những rủi ro riêng không có trong Bảng 2 (chẳng hạn như phúc lợi động vật), nhưng cũng cần được xem xét nếu liên quan[14].

Bảng 2. Rủi ro ngành trong lĩnh vực may mặc và giày dép*

Quyền con người & rủi ro lao động	**Rủi ro Môi trường**	**Rủi ro về tính liêm chính**
Lao động trẻ em Phân biệt đối xử	Hóa chất độc hại Tiêu thụ nước	Hối lộ và tham nhũng
Lao động cưỡng bức Sức khỏe và an toàn lao động (VD các tình trạng sức khỏe kém và thương tật của người lao động) Vi phạm quyền thành lập và gia nhập công đoàn và quyền thương lượng tập thể của người lao động Không tuân thủ với luật pháp về tiền lương tối thiểu Tiền lương không đáp ứng được nhu cầu cơ bản của người lao động và gia đình	Ô nhiễm nước Phát thải khí nhà kính (GHG)	

** Các rủi ro ngành không chỉ giới hạn ở những rủi ro nêu trên*

Các yếu tố rủi ro sản phẩm

Một số sản phẩm có nguy cơ tác động cao hơn những sản phẩm khác bởi liên quan tới những quy trình làm ra chúng. Ví dụ, những mặt hàng vải bông có nguy cơ sử dụng nhiều chất diệt côn trùng có hại hơn như Parathion, Aldicarb và Methamidopho, trong khi đó các sản phẩm polyester lại có thể có nguy cơ cao hơn do góp phần phát thải khí nhà kính[15].

[14] Hướng dẫn này không bao gồm các nội dung chi tiết về rủi ro liên quan đến phúc lợi động vật, chăn nuôi và quyền đất đai, nhưng các vấn đề đó có thể liên quan đến một số tác nhân trong chuỗi cung ứng hàng may mặc và giày dép. Các hướng dẫn thẩm định đối với những nội dung này được OECD đưa vào tài liệu Hướng dẫn của OECD-FAO về Chuỗi cung ứng nông sản có trách nhiệm

[15] Sản xuất sợi polyester là quá trình sử dụng nhiều năng lượng (lên tới 125 MJ/kg sợi), và vì thế phát thải khí nhà kính ở mức cao. Muthu, S. (2014), *Đánh giá tác động môi trường của chuỗi cung ứng hàng dệt may*, Loạt bài về ngành dệt may, Nhà xuất bản Woodhead, Cambridge.

Các yếu tố rủi ro quốc gia

Các yếu tố rủi ro quốc gia là các điều kiện tại một quốc gia hoặc cụm sản xuất cụ thể, hoặc các điều kiện của ngành ở một quốc gia cụ thể, có thể khiến cho các rủi ro ngành nói trên dễ xảy ra hơn. Các yếu tố rủi ro quốc gia nhìn chung thường bao gồm các vấn đề quản trị, kinh tế xã hội và ngành. Ví dụ, tỷ lệ lao động nhập cư cao là yếu tố nguy cơ dẫn đến lao động trẻ em, lao động cưỡng bức, không tuân thủ pháp luật về tiền lương và quấy rối tình dục[16]. Xem Phần II, mô-đun về các yếu tố rủi ro quốc gia đặc thù theo các rủi ro ngành.

Các yếu tố rủi ro mô hình kinh doanh

Mô hình kinh doanh của doanh nghiệp, chẳng hạn như số lượng dòng sản phẩm mà doanh nghiệp bán và tần suất thay đổi các dòng sản phẩm đó (tức là các mùa trong năm), có thể ảnh hưởng đến nguy cơ thiệt hại trong chuỗi cung ứng của doanh nghiệp. Điều này đặc biệt liên quan tới các nhà bán lẻ và các thương hiệu nhưng cũng có thể đúng với các nhà sản xuất sản xuất nhiều loại thành phẩm. Dưới đây là một số ví dụ về cách thức ảnh hưởng của mô hình kinh doanh của doanh nghiệp tới những nguy cơ thiệt hại trong hoạt động và trong chuỗi cung ứng của doanh nghiệp.

- Các doanh nghiệp có nhiều dòng sản phẩm khác nhau thường phải đối mặt với nhiều loại nguy cơ thiệt hại trong chuỗi cung ứng của họ do sự khác nhau về nguyên liệu, quy trình sản xuất, v.v....
- Các doanh nghiệp có nhiều chu kỳ hoặc mùa sản phẩm trong năm thường yêu cầu việc sản xuất sản phẩm được thực hiện trong một khoảng thời gian ngắn từ thiết kế đến sản xuất. Thời gian thực hiện ngắn làm tăng nguy cơ thay đổi đơn đặt hàng, đặt hàng gấp rút và các hoạt động mua hàng khác có thể góp phần lạm dụng quyền lao động và quyền con người như làm thêm giờ quá mức, bắt buộc làm thêm giờ và thuê ngoài trái phép.
- Tương tự, nhiều chu kỳ sản phẩm có thể dẫn đến việc doanh nghiệp sử dụng nhiều nguyên vật liệu và tài nguyên và do đó tăng lượng khí thải carbon, nước và chất thải.
- Mức độ một doanh nghiệp hoạt động ở nước ngoài cũng như mức độ doanh nghiệp kiểm soát các hoạt động đó có thể làm tăng rủi ro về tính kiêm chính của doanh nghiệp.

Các yếu tố rủi ro về mô hình tìm nguồn cung ứng

Tương tự, các mô hình tìm nguồn cung ứng của doanh nghiệp – chẳng hạn có phải doanh nghiệp nhận cung ứng từ nhiều bên cung ứng, bản chất của các mối quan hệ hợp đồng và việc liệu việc cung ứng là trực tiếp hay gián tiếp - đều có thể làm tăng (hoặc giảm) nguy cơ thiệt hại trong chuỗi cung ứng của doanh nghiệp. Dưới đây là danh sách không đầy đủ các ví dụ tham khảo:

- Số lượng lớn các bên cung ứng có thể làm tăng khả năng thiệt hại trong chuỗi cung ứng của doanh nghiệp. Hơn nữa, việc kiểm soát nhiều bên cung ứng liên quan đến quy mô của doanh nghiệp và các nguồn lực dành riêng cho thẩm định chuỗi cung ứng có thể sẽ khó hơn.
- Những biến động trong quan hệ của doanh nghiệp với các bên cung ứng cũng có thể ảnh hưởng đến khả năng nhận diện, ngăn ngừa hoặc giảm thiểu tác hại trong chuỗi cung ứng của doanh nghiệp. Ví dụ, mối quan hệ ngắn hạn với các bên cung ứng đồng nghĩa với việc doanh nghiệp không có đủ thời gian để ngăn ngừa hoặc giảm thiểu một cách thỏa đáng các rủi ro đã được nhận diện trong quá trình đánh giá bên cung ứng. Nó cũng có thể được hiểu là doanh nghiệp không thể tác động tới bên cung ứng để ngăn ngừa hoặc giảm thiểu các tác động nào đã được nhận diện. Tương tự, thời hạn đặc thù của các hợp đồng với doanh nghiệp, dù là dài hạn hay ngắn hạn, đều có thể làm giảm khả năng tác động của doanh nghiệp tới các bên cung ứng.

---

[16] Mặc dù tỷ lệ lao động nhập cư cao có thể là cảnh báo gia tăng nguy cơ về việc lạm dụng lao động và quyền con người, các doanh nghiệp không được khuyến khích chấm dứt quan hệ với bên cung ứng chỉ đơn giản vì lý do tuyển dụng lao động nhập cư. Thay vào đó, các doanh nghiệp nên điều chỉnh chính sách thẩm định để đảm bảo việc tuyển dụng lao động nhập cư được thực hiện một cách có trách nhiệm.

- Nếu doanh nghiệp sử dụng nguồn cung gián tiếp (VD thông qua các đại lý mua hàng) và không có một quy trình thỏa đáng để tuyển chọn các bên trung gian, thì khả năng quan sát và kiểm soát của doanh nghiệp đối với các bên cung ứng sẽ bị hạn chế.
- Các doanh nghiệp hoạt động tại nhiều quốc gia hoặc sử dụng nguồn cung ứng ở nhiều nước - tương ứng với quy mô doanh nghiệp - có thể phải đối mặt với nguy cơ thiệt hại cao hơn và vì thế sẽ thấy việc ngăn ngừa và giảm thiểu thiệt hại khó khăn hơn

Nhận diện những nguy cơ thiệt hại đáng kể nhất của doanh nghiệp

Dựa trên những thông tin đã biết, doanh nghiệp phải xác định xem đâu là rủi ro đáng kể nhất trong hoạt động và chuỗi cung ứng của mình - căn cứ vào khả năng xảy ra thiệt hại và mức độ nghiêm trọng của thiệt hại - để từ đó ưu tiên các biện pháp đối với những rủi ro đó. Mức độ nghiêm trọng của thiệt hại được xem xét dựa trên quy mô, phạm vi và tính chất không thể khắc phục được.

- "Quy mô" là mức độ nghiêm trọng của tác động bất lợi.
- "Phạm vi" là số lượng những người đang hoặc sẽ bị ảnh hưởng.
- "Tính chất không thể khắc phục" là các giới hạn về khả năng phục hồi để những người bị ảnh hưởng trở về tình trạng ít nhất là giống hoặc tương đương với hoàn cảnh của họ trước khi tác động bất lợi xảy ra.

Do tính chất phức tạp và đa dạng của các vấn đề trong lĩnh vực may mặc và giày dép, việc xác định các nguy cơ thiệt hại đáng kể nhất trong hoạt động và trong chuỗi cung ứng của doanh nghiệp đôi khi khiến doanh nghiệp phải chịu chỉ trích. Khuyến khích doanh nghiệp huy động sự tham gia của các bên có quyền lợi liên quan và các chuyên gia vào quá trình này. Trong mọi trường hợp, doanh nghiệp cần chuẩn bị sẵn sàng để giải trình về cách thức xác định rủi ro cũng như xác lập thứ tự ưu tiên của các rủi ro. Xem phần 5.

Hợp tác

Khuyến khích doanh nghiệp chia sẻ công khai cũng như trong nội bộ ngành các thông tin liên quan tới những nguy cơ thiệt hại liên quan tới các quy trình sản xuất, các quốc gia, các mô hình tìm nguồn cung ứng cụ thể v.v.... Chia sẻ thông tin ở cấp ngành có ý nghĩa đặc biệt quan trọng để nhận diện các rủi ro mới xuất hiện.

Các yếu tố có thể ảnh hưởng tới bản chất của thẩm định

Với quan điểm xác định phạm vi của các rủi ro chung trên tất cả các dòng sản phẩm và quốc gia nơi doanh nghiệp tìm nguồn cung ứng, doanh nghiệp có thể sử dụng cách tiếp cận dựa trên rủi ro để thực hiện Hướng dẫn trên. Tuy nhiên, nếu nhận thấy (ví dụ: nhờ báo cáo, sự tham gia của các bên liên quan, cơ chế khiếu nại, v.v.) một dòng sản phẩm hoặc các chi tiết phụ có liên quan đến những rủi ro cụ thể thì doanh nghiệp không nên loại bỏ thông tin này mà nên xem xét nó cùng những thông tin khác được thu thập trong bài tập xác định phạm vi.

Bảng 3. Các yếu tố có thể ảnh hưởng tới bản chất và mức độ thẩm định

Bối cảnh	Khuyến nghị
Doanh nghiệp có nhiều dòng sản phẩm	Đầu tiên, khuyến khích doanh nghiệp xem xét các rủi ro liên quan tới dòng sản phẩm có ý nghĩa cốt lõi đối với hoạt động kinh doanh của doanh nghiệp hoặc các dòng sản phẩm tiềm ẩn những nguy cơ gây hại nghiêm trọng nhất. Sau khi đã nhận diện và giải quyết được những rủi ro này, doanh nghiệp sẽ chuyển sang nhận diện và giải quyết các rủi ro liên quan đến các dòng sản phẩm khác.
Doanh nghiệp bán các sản phẩm phức tạp (nghĩa là nhiều chi tiết phụ)	Với quan điểm xác định phạm vi của các rủi ro trong toàn bộ các chi tiết phụ, đầu tiên doanh nghiệp có thể nhận diện những rủi ro liên quan tới thành phần quan trọng nhất của một hàng hóa thành phẩm. Chẳng hạn, đối với doanh nghiệp bán áo khoác da có khóa kéo và đinh tán, ban đầu doanh nghiệp nên chú trọng tới hoạt động tìm nguồn cung cấp da, quy trình nhuộm và hoàn thiện và việc sản xuất thành phẩm.
Doanh nghiệp hoạt động ở nhiều quốc qua hoặc sử dụng nguồn cung từ nhiều quốc gia	Khuyến khích doanh nghiệp nhận diện các quốc gia nơi rủi ro tác động đáng kể nhất và dựa vào kết quả đánh giá rủi ro này, xác lập thứ tự ưu tiên các quốc gia mà doanh nghiệp sẽ tìm nguồn cung ứng trong quá trình xác định phạm vi.
Doanh nghiệp không có khả năng nhìn thấy các nước xuất xứ cho nguyên liệu của mình (VD nguyên liệu thô)	Khi có thông tin, doanh nghiệp có thể nhận diện các dòng giao dịch nguyên liệu thô để xác định quốc gia có thể là nước xuất xứ của nguyên liệu thô đang được bán cho các công ty chế biến nguyên liệu trong chuỗi cung ứng của mình (VD xác định vị trí nơi phần lớn lượng bông được mua cho các công ty kéo sợi hoạt động ở một quốc gia nhất định). Đối với những hàng hóa giao dịch bởi các doanh nghiệp đa quốc gia có quy mô lớn, doanh nghiệp có thể tìm cách liên hệ với các nhà kinh doanh hàng hóa quốc tế có quy mô (VD các doanh nghiệp buôn bán bông) để hỏi thông tin xem có phải những nguyên liệu thô mà các nhà kinh doanh đó tìm nguồn cung sau đó được bán tại những quốc gia mà các công ty chế biến nguyên liệu của doanh nghiệp đặt trụ sở không.
Doanh nghiệp bán lẻ	Doanh nghiệp nên tiến hành thẩm định các thương hiệu của mình và cả các sản phẩm không phải của mình mà doanh nghiệp bán. Đối với mỗi đối tượng thẩm định, các bước cụ thể có thể khác nhau. Doanh nghiệp nên áp dụng Hướng dẫn này khi thẩm định các thương hiệu của mình. Đối với các thương hiệu không phải của mình, doanh nghiệp có thể thu thập thông tin, để tìm hiểu xem các thương hiệu đó có thẩm định hay không và phạm vi thẩm định đó là gì. Nếu doanh nghiệp bán nhiều thương hiệu, doanh nghiệp có thể ưu tiên thẩm định trước các nhãn hiệu chiếm tỷ lệ lớn nhất trong hàng hóa của mình hoặc các sản phẩm có nguy cơ gây thiệt hại cao nhất. Theo thời gian, khuyến khích doanh nghiệp thiết lập các biện pháp có hệ thống để giảm thiểu các nguy cơ thiệt hại liên quan tới các thương hiệu doanh nghiệp bán nhưng không sở hữu. Ví dụ, doanh nghiệp có thể thiết lập một quy trình sơ tuyển đối với những thương hiệu mà mình bán trong đó bao gồm việc xem xét các thông lệ thẩm định của những thương hiệu này.

Bối cảnh	Khuyến nghị
Doanh nghiệp cấp phép	Trong trường hợp cấp phép phép nhãn hiệu của mình cho các doanh nghiệp khác sử dụng, thì doanh nghiệp cấp phép vẫn có trách nhiệm tiến hành thẩm định các sản phẩm sử dụng nhãn hiệu của mình, mặc dù các bước cụ thể mà doanh nghiệp thực hiện có thể khác nhau. Ví dụ: doanh nghiệp cấp phép có thể yêu cầu các bên được cấp phép tiến hành thẩm định theo Hướng dẫn này. Nếu bên được cấp phép là các công ty vừa và nhỏ, doanh nghiệp nên giúp nâng cao năng lực cho các bên được cấp phép khi cần thiết và ở mức độ thích hợp để tiến hành thẩm định. Doanh nghiệp cũng có thể trực tiếp hỗ trợ các bên được cấp phép tiến hành thẩm định theo Hướng dẫn này. Theo thời gian, khuyến khích doanh nghiệp thiết lập các biện pháp có hệ thống để giảm thiểu nguy cơ thiệt hại liên quan tới các sản phẩm mang thương hiệu của doanh nghiệp. Ví dụ, doanh nghiệp có thể thiết lập một quy trình sơ tuyển đối với những bên được cấp phép trong đó bao gồm cả việc đánh giá các thông lệ thẩm định của các bên đó.

2.2 Tự đánh giá hoạt động của chính doanh nghiệp

Nếu đã nhận diện được một rủi ro gây hại trong hoạt động của chính mình thì doanh nghiệp cần tiến hành đánh giá nội bộ để xác định mức độ rủi ro và các tác động thực tế tại chỗ.

Phương pháp

Khuyến khích doanh nghiệp tuân thủ các hướng dẫn đáng tin cậy hiện hành dành cho chủ sử dụng lao động, nếu có[17]. Các mô-đun trong Phần II đưa ra những khuyến nghị bổ sung đối với các rủi ro ngành và một danh mục chưa hoàn chỉnh các tài nguyên của các chính phủ và tổ chức quốc tế.

Doanh nghiệp nên tiếp xúc với các bên có lợi ích liên quan có khả năng bị ảnh hưởng - gồm nhân viên, người lao động và tổ chức công đoàn và các tổ chức đại diện do chính người lao động lựa chọn - khi nhận diện các tác động tiềm ẩn và thực tế trong hoạt động của chính mình. Đây là một bước quan trọng. Ngoài việc tiếp xúc với các bên có lợi ích liên quan, doanh nghiệp cần xem lại các chính sách và hệ thống của mình để đánh giá mức độ rủi ro đang được ngăn ngừa hoặc giảm thiểu. Dưới đây là danh sách không đầy đủ các chính sách, hệ thống và biện pháp ví dụ mà doanh nghiệp có thể xem xét khi tiến hành tự đánh giá.

- Các chính sách và thông điệp từ quản lý cấp cao nhất về các rủi ro đã được nhận diện.
- Các thông lệ mua hàng và thiết lập giá. Xem Hộp 4.
- Các quy tắc và quy trình thủ tục liên quan đến rủi ro
- Các chương trình hỗ trợ tuân thủ hiện có
- Đào tạo nhân viên, kỹ năng và kiến thức về rủi ro trong hoạt động của doanh nghiệp.
- Kiểm soát tài chính, chẳng hạn như các chính sách và thủ tục để theo dõi, quản lý và báo cáo các nguồn tài chính và giao dịch. Xem Mô-đun 11 về Hối lộ và tham nhũng.

[17] Ví dụ, ILO đã xây dựng hướng dẫn bao quát nhận diện và giảm thiểu các rủi ro lao động dành cho chủ sử dụng lao động.

- Giám sát các thủ tục bao gồm các hệ thống cảnh báo cờ đỏ để nhận diện các nguy cơ gây hại trước khi chúng xảy ra.
- Các kênh tố cáo và biện pháp bảo vệ những người báo cáo hành vi sai trái khỏi bị trả thù.
- Các quy trình cho phép khắc phục các tác động đến quyền con người và tác động lao động (ví dụ: cơ chế khiếu nại cấp hoạt động)

Khuyến khích doanh nghiệp tìm kiếm sự hỗ trợ từ bên ngoài khi tự đánh giá:

- tác động có thể gây ra tác hại nghiêm trọng nếu không được ngăn chặn thích hợp, (ví dụ: xử lý hóa chất độc hại)
- các biện pháp phòng ngừa yêu cầu chuyên môn kỹ thuật không có sẵn trong nhà (ví dụ an toàn cháy nổ, an toàn cho tòa nhà, và an toàn điện).

2.3 Đánh giá bên cung ứng cùng các rủi ro nguy cơ cao ở thực địa

Lựa chọn bên cung ứng (phương pháp dựa trên rủi ro)

Đối với những thiệt hại đã được ưu tiên sau bài tập xác định phạm vi, doanh nghiệp nên ưu tiên tiếp các bên cung ứng liên quan đến những thiệt hại nguy cơ cao hơn. Nên lựa chọn các bên cung ứng theo nguy cơ thiệt hại thay vì theo vị trí trong chuỗi cung ứng của doanh nghiệp (không nhất thiết phải ưu tiên đánh giá tác động các nhà máy cấp độ 1, mà có thể ưu tiên đánh giá các rủi ro đáng kể hơn ở cấp độ 3)[18]. Tuy nhiên, một số yếu tố - như khả năng tác động của doanh nghiệp tới các bên cung ứng, quy mô của doanh nghiệp hoặc số lượng nhà cưng ứng – cũng có thể ảnh hưởng tới những bước cụ thể mà doanh nghiệp thực hiện để đánh giá bên cung ứng. Dưới đây là ví dụ về một số yếu tố có thể ảnh hưởng tới bản chất và mức độ thẩm định.

Một số nội dung cân nhắc khi xác định các bên cung ứng rủi ro cao:

- Bên cung ứng hoạt động ở quốc gia có mức độ rủi ro cao hơn.
- Bên cung ứng tham gia vào quy trình sản xuất rủi ro hơn (ví dụ: chế biến ướt làm phát sinh nguy cơ hóa chất độc hại cao.
- Các thiệt hại hoặc nguy cơ thiệt hại đã được nhận diện trong lần đánh giá bên cung ứng trước đó.

Nội dung

Đối với phần lớn các rủi to, doanh nghiệp cần tìm cách xem xét các tiêu chí sau khi đánh giá bên cung ứng:

- các biện pháp mà bên cung ứng đã thực hiện nhằm ngăn ngừa thiệt hại (VD: xây dựng chính sách, đào tạo tập huấn, nâng cấp cơ sở)
- thiệt hại thực tế tại cơ sở hoặc nguy cơ thiệt hại (VD: xử lý hóa chất không an toàn)
- mức độ nhận thức của người lao động về các quyền của mình liên quan tới quyền con người và quyền lao động.
- bên cung ứng đã có một cơ chế khiếu nại ở cấp hoạt động hay chưa và nếu đã có thì cơ chế đó đáp ứng các khuyến nghị nêu trong Bảng 8 ở mức độ nào. Các tiêu chí cốt lõi của một cơ chế khiếu nại ở cấp hoạt động và các khuyến nghị.

Cách tiếp cận & phương pháp đánh giá

- *Bản chất đánh giá (VD kiểm tra, phỏng vấn, nhóm trọng tâm) cần tương xứng với rủi ro.*

[18] Mục đích của phương pháp tiếp cận này là chuyển hướng tập trung của ngành từ việc chỉ tập trung vào các bên cung ứng cấp một sang tập trung vào các rủi ro nghiêm trọng nhất của doanh nghiệp dù chúng xuất hiện ở đâu

Không tồn tại một phương pháp đánh giá duy nhất nào phù hợp với mọi rủi ro. Ví dụ, tiến hành kiểm tra kỹ thuật là cần thiết để đánh giá tính toàn vẹn của cấu trúc và an toàn cháy nổ cũng như các kết cấu xây dựng của một địa điểm, trong khi đó phỏng vấn nhóm tập trung ở ngoài địa điểm có thể là phương pháp phù hợp khi đánh giá các nguy cơ quấy rối tình dục tại nơi làm việc. Đối với các vấn đề về lao động và quyền con người, đánh giá cần dựa nhiều vào nội dung phỏng vấn người lao động và người lao dộng cần tham gia vào khâu thiết kế đánh giá – trực tiếp hoặc thông qua công đoàn và tổ chức đại diện mà họ lựa chọn. Trong một số trường hợp, phỏng vấn truyền thống chưa phải là phương pháp hiệu quả để thu thập các thông tin nhạy cảm bởi người lao động sợ bị trả thù hoặc đã được đào tạo trước để đưa ra các câu trả lời định sẵn. Khi đó, nên cân nhắc phương pháp đánh giá có tính tham gia[19].

- *Đánh giá phải dựa trên sự hiểu biết sâu sắc về bối cảnh địa phương*. Tìm hiểu về bối cảnh hoạt động tại địa phương là một bước quan trọng cần làm để các đánh giá được thiết kế có thể giúp thu được thông tin cần thiết. Mặc dù có thể bắt đầu từ phương pháp đánh giá tiêu chuẩn, nhưng nó phải được điều chỉnh cho phù hợp với hoàn cảnh địa phương. Các nhóm đánh giá nên xem xét các yếu tố động cơ quyền lực và các chuẩn mực văn hóa khi thiết kế và thực hiện đánh giá. Xem phần “Tìm hiểu bối cảnh hoạt động” dưới đây.
- *Kiểm chứng thông tin*: Đối với những nguy cơ thiệt hại đòi hỏi các quyết định mang tính chủ quan - chẳng hạn đối với hầu hết mọi nguy cơ về quyền con người và quyền lao động - nên sử dụng nhiều điểm dữ liệu để đánh giá tình hình. Phương pháp tam giác, có tác dung hôi tu dữ liệu từ nhiều nguồn, sẽ giúp đảm bảo rằng các phát hiện là đáng tin cậy và có thể biện hộ.
- *Doanh nghiệp cần điều chỉnh phương pháp đánh giá của mình khi các phát hiện thực tế không phù hợp với kỳ vọng*. Ví dụ, nếu một bên cung ứng hoạt động trong bối cảnh rủi ro cao trong nhiều giờ làm việc, mà kết quả đánh giá không phát hiện thấy thực trạng làm việc nhiều giờ thì doanh nghiệp cần xem lại phương pháp đánh giá.

Nhóm đánh giá

Những người thực hiện đánh giá phải đủ tiêu chuẩn, nghĩa là họ phải thể hiện các năng lực sau:

- trình độ chuyên môn bao gồm kiến thức sâu rộng về các rủi ro liên quan mà doanh nghiệp đang đánh giá (ví dụ: lao động trẻ em, lao động cưỡng bức, v.v.), kể cả hiểu biết về những phương pháp luận để xác định các thiệt hại thực tế và tiềm ẩn liên quan đến rủi ro trong bối cảnh địa phương.
- kiến thức về các tiêu chuẩn trong nước và quốc tế liên quan đến tác động bất lợi.
- khả năng thực hiện đánh giá trong bối cảnh địa phương (ví dụ: kỹ năng ngôn ngữ).

Rất khó để những người thực hiện đánh giá có toàn bộ các năng lực nói trên ở mọi lĩnh vực rủi ro và ở mọi bối cảnh. Chính vì thế, đánh giá có thể được thực hiện bởi các nhóm, trong đó cùng với nhau tất cả các thành viên của nhóm sẽ có đầy đủ các năng lực trên.

Ngoài ra, do đặc thù phụ nữ chiếm ưu thế trong lĩnh vực này và sự nhạy cảm xung quanh một số vấn đề (ví dụ như quấy rối tình dục, lao động cưỡng bức v.v...), doanh nghiệp cần lưu ý xem liệu vấn đề giới tính của người thực hiện đánh giá có quan trọng không.

Tần suất đánh giá

Mệt mỏi vì đánh giá là mối quan tâm trong lĩnh vực may mặc và giày dép. Cần đánh giá bên cung ứng khi có lỗ hổng thông tin hoặc khi bối cảnh có thể đã thay đổi. Nói cách khác, chỉ nên đánh giá bên cung ứng khi việc đánh giá tạo nên giá trị gia tăng. Trong bối cảnh này, khuyến khích doanh nghiệp tuân thủ các hướng dẫn sau đây.

[19] Phương pháp đánh giá có tính tham gia là các kỹ thuật hỗ trợ để tạo điều kiện cho các bên có quyền lợi liên quan tham gia tích cực như phân vai, cho xem một bức tranh, một sơ đồ hay bản đồ và đặt câu hỏi, yêu cầu thường thuật, v.v.... Xem SIMPOC (2005), *Sổ tay về Phương pháp Đánh giá nhanh về Lao động trẻ em*, ILO, Geneva, UNICEF.

- Các bên cung ứng mới nên được đánh giá trước khi đặt hàng. Kết quả đánh giá bên cung ứng sẽ cho biết liệu doanh nghiệp có thể huy động sự tham gia một cách có trách nhiệm của bên cung ứng đó hay không. Xem phần 3.2.2 về sơ tuyển.
- Doanh nghiệp có thể chủ động tiến hành đánh giá bên cung ứng hoặc dựa trên các đánh giá đáng tin cậy hiện có được thực hiện trong một thời hạn hợp lý (chẳng hạn 1 năm trước đó). "Đánh giá đáng tin cậy" là đánh giá được thực hiện bởi các nhóm đánh giá hợp pháp đáp ứng các khuyến nghị của Hướng dẫn này về quy trình xác định tác động thực tế và tiềm ẩn. Nếu đã tồn tại một đánh giá đáng tin cậy, khuyến khích doanh nghiệp xem xét các phát hiện của đánh giá đó và sau đó tập trung các hoạt động thẩm định của mình vào việc ngăn ngừa hoặc giảm thiểu thiệt hại đã được nhận diện và theo dõi tình hình tại cơ sở[20].20
- Đối với các bên cung ứng hiện tại, mặc dù doanh nghiệp nên đánh giá bên cung ứng của mình (hoặc sử dụng các đánh giá hiện có), nhưng đánh giá không thể thay thế được việc liên tục giám sát. Giám sát bao gồm liên tục theo dõi tình hình thực tế các rủi ro cụ thể cùng với ý kiến đóng góp của các bên có quyền lợi liên quan. Nếu có thể, việc giám sát cần được thực hiện liên tục, có như vậy mới có được bức tranh hoàn chỉnh và tổng quan so với các đánh giá đơn lẻ. Vì thế, nếu có thể, nên giám sát liên tục các bên cung ứng hiện tại để biết được khi nào và ở đâu cần tiếp tục đánh giá. Cần duy trì sự cân bằng giữa giám sát và đánh giá. Ví dụ, thông qua việc liên tục giám sát, người lao động có thể phát hiện một dấu hiệu đỏ về lao động trẻ em. Sau đó, dấu hiệu này có thể là lý do kích hoạt việc đánh giá bên cung ứng. Điều này đặc biệt quan trọng đối với các rủi ro về quyền con người và lao động, vì các nguy cơ này có thể thay đổi nhanh chóng và không phải lúc nào cũng có thể được đánh giá dễ dàng bằng các chỉ số định lượng như: lao động trẻ em, lao động cưỡng bức, phân biệt đối xử, một số khía cạnh của sức khỏe và an toàn nghề nghiệp, quyền thành lập và tham gia công đoàn và quyền thương lượng tập thể. Xem phần 4 để biết thêm thông tin về giám sát.
- Trong một số trường hợp, nguy cơ thiệt hại ở một quốc gia hay địa bàn quá phổ biến đến nỗi việc đánh giá các bên cung ứng riêng lẻ sẽ không thu được bất kỳ thông tin nào mới. Ví dụ, thông qua tiếp xúc với các bên có lợi ích liên quan, một doanh nghiệp có thể biết, quấy rối tình dục ở khu chế xuất (EPZ) là rất phổ biến. Song nhận diện các trường hợp quấy rối tình dục cụ thể là rất khó khăn (tức là không có các cơ chế khiếu nại hiệu quả đã được thiết lập và không có đầu tư ban đầu để nâng cao nhận thức của người lao động). Thừa nhận sự khó khăn này, doanh nghiệp có thể chọn cách sẽ không đánh giá các bên cung ứng trước, mà thay vào đó ngay lập tức hợp tác với các bên cung ứng của mình ngăn ngừa quấy rối tình dục bằng cách tập huấn đào tạo và thiết lập một cơ chế khiếu nại có hiệu quả ở cấp hoạt động. Xem mô-đun 2 về quấy rối tình dục và bạo lực trên cơ sở giới và bạo lực tình dục.

[20] Có những trường hợp, có thể cần thực hiện một đánh giá khác, ví dụ do những thay đổi đáng kể trong bối cảnh từ lần đánh giá cuối cùng. Tuy nhiên, nhìn chung, khuyến khích doanh nghiệp tránh đánh giá trùng lặp và ưu tiên các nguồn lực của mình cho các nỗ lực phòng ngừa và giảm thiểu.

Hợp tác

Như đã nêu trong phần 1.1, để tạo điều kiện hợp tác, ngành may mặc và giày dép được khuyến khích áp dụng một cách tiếp cận chung để xác định các bên cung ứng (ví dụ: mã ID bên cung ứng chung) để tạo điều kiện chia sẻ thông tin về các bên cung ứng chung trên cơ sở tuân thủ luật cạnh tranh.

Khuyến khích các doanh nghiệp hợp tác với nhau để hài hòa phương pháp đánh giá và hỗ trợ việc công nhận, với điều kiện đánh giá tuân thủ các tiêu chuẩn cao. Tương tự, các doanh nghiệp đang tìm nguồn cung ứng ở cùng một địa bàn hoặc cùng một cơ sở cung cấp, cũng được khuyến khích cộng tác với nhau để đánh giá bên cung ứng, trong phạm vi khả thi. Tuy nhiên, phải đảm bảo tính chất nghiêm ngặt của các hoạt động đánh giá. Ví dụ, trong suốt Phần II của Hướng dẫn này, các doanh nghiệp sẽ được khuyến khích áp dụng nhiều phương pháp phỏng vấn người lao động, thảo luận nhóm tập trung và đôi khi áp dụng phương pháp đánh giá quyền con người và rủi ro lao động có sự tham gia. Do đó, điều quan trọng là một đánh giá chung có thể được chia sẻ giữa các doanh nghiệp phải có những thông tin định tính quan trọng.

Hợp tác

Khuyến khích các doanh nghiệp hợp tác với nhau để thực hiện những khuyến nghị trên, ví dụ, thông qua các sáng kiến ngành, hay các sáng kiến nhiều bên liên quan. Điều này đặc biệt quan trọng để huy động dự tham gia của các SMEs. Sau đây là ví dụ các bước doanh nghiệp hoặc một sáng kiến có thể chủ động thực hiện để đánh giá các doanh nghiệp hoạt động tại các điểm kiểm soát trong chuỗi cung ứng:

- xác định các điểm kẹt thực tế hoặc có thể xảy ra trong chuỗi cung ứng.
- truy xuất nguồn gốc các doanh nghiệp hoạt động tại các điểm kẹt.
- xác minh (ví dụ: thông qua kiểm toán quản lý và kiểm tra ngẫu nhiên tại thực địa) rằng các doanh nghiệp hoạt động tại các điểm kẹt có tiến hành thẩm định đối với các bên cung ứng thượng nguồn của họ phù hợp với các khuyến nghị trong Hướng dẫn này.
- chỉ đạo việc sử dụng nguồn cung ứng của các doanh nghiệp hoạt động tại các điểm kẹt trong chuỗi cung ứng có thực hiện thẩm định phù hợp với Hướng dẫn này.

Hộp 3. Cơ chế đánh giá và giải quyết các nguy cơ thiệt hại ngoài phạm vi cấp 2 (VD nguyên liệu thô)

Doanh nghiệp có thể khó nhận diện và đánh giá các bên cung ứng riêng lẻ hoạt động ở thượng nguồn - ví dụ ở khâu nguyên liệu thô - do thiếu tầm nhìn và mức độ ảnh hưởng. Điều này không làm giảm trách nhiệm của doanh nghiệp trong việc nhận diện các tác động tiêu cực ở đầu chuỗi. khuyến khích doanh nghiệp thiết lập các cơ chế phù hợp với mục đích. Hình thành khả năng truy xuất nguồn gốc và/hoặc đánh giá "điểm kẹt" là ví dụ về các cơ chế có thể được sử dụng để đánh giá xem liệu rủi ro liên quan đến thiệt hại phía trên chuỗi cung ứng của doanh nghiệp có đang được nhận diện, ngăn ngừa hoặc giảm nhẹ không. Đây là một lĩnh vực mà các phương pháp hợp tác có thể phù hợp và ngày càng được sử dụng nhiều.

Truy xuất nguồn gốc

Truy xuất nguồn gốc là quá trình doanh nghiệp theo dõi nguyên liệu và sản phẩm cũng như các điều kiện sản xuất của chúng (liên quan đến các vấn đề được đề cập trong Bộ hướng dẫn của OECD) thông qua chuỗi cung ứng. Điều quan trọng cần lưu ý là mặc dù truy xuất nguồn gốc là một công cụ có thể giúp doanh nghiệp có được thông tin về các tác nhân đầu nguồn, tuy nhiên, doanh nghiệp không thể chỉ dừng lại ở việc truy xuất nguồn gốc. Các bước tiếp theo đó cũng rất quan trọng như được đề cập trong Hướng dẫn này - đặc biệt là ngăn ngừa và giảm thiểu tác hại.

Tham gia với các "điểm kẹt"

Để xác định 'điểm kẹt', có thể cân nhắc một số tiêu chí sau:

- các điểm chuyển đổi chủ chốt trong chuỗi cung ứng.
- các công đoạn trong chuỗi cung ứng có tương đối ít các tác nhân chế biến phần lớn hàng hóa
- các công đoạn trong chuỗi cung ứng có tầm nhìn và khả năng kiểm soát đối với các điều kiện sản xuất và thương mại thượng nguồn

Theo định nghĩa, một doanh nghiệp có chung một số bên cung ứng thượng nguồn giống những doanh nghiệp đang hoạt động tại điểm kẹt trong chuỗi cung ứng của doanh nghiệp. Tuy nhiên, doanh nghiệp hoạt động tại điểm kẹt có thể có khả năng quan sát tốt hơn hoặc có khả năng tác động lớn hơn đối với các bên cung ứng thượng nguồn đó. Nếu một doanh nghiệp có thể biết một cách hợp lý rằng các doanh nghiệp hoạt động tại các điểm kẹt trong chuỗi cung ứng của mình cũng tiến hành thẩm định rủi ro liên quan tới các bên cung ứng thượng nguồn của họ, thì doanh nghiệp cũng có thể xác định một cách hợp lý rằng các tác động bất lợi liên quan đến các bên cung ứng thượng nguồn của chính mình đã được nhận diện, ngăn chặn và giảm thiểu.

Doanh nghiệp có thể:

- nhận diện các nhà cung cấp hoạt động tại các điểm kẹt trong chuỗi cung ứng của mình chuyên cung cấp các sản phẩm liên quan đến tác động nghiêm trọng ở thượng nguồn (tức là vượt ra khỏi tầm quan sát của doanh nghiệp)
- xác minh rằng các doanh nghiệp ở điểm kẹt cũng đang nhận diện, ngăn ngừa và giảm thiểu thiệt hại liên quan tới nhà cung cấp của mình

Ví dụ: các điểm kẹt trong chuỗi cung ứng may mặc và giày dép có thể bao gồm:

- các doanh nghiệp buôn bán hàng hóa toàn cầu (ví dụ: đối với mặt hàng bông và cao su)
- các doanh nghiệp xuất khẩu, chế biến, bán buôn (ví dụ: đối với các phân khúc của chuỗi cung ứng)
- các nhà máy hóa chất (ví dụ: đối với sợi tổng hợp)
- các lò luyện và nhà máy lọc dầu (ví dụ: đối với kim loại)

Chia sẻ chi phí

Để thực hiện truy xuất nguồn gốc và tiếp xúc với các điểm kẹt, cần phải có nguồn lực tài chính. Hướng dẫn này khuyến nghị các doanh nghiệp đưa vào hợp đồng với nhà cung cấp một nghĩa vụ hỗ trợ chuỗi cung ứng thẩm định các rủi ro liên quan đến sản xuất thượng nguồn nếu phù hợp (ví dụ: nghĩa vụ trực tiếp sử dụng nguồn cung ứng đối với các điểm kẹt đã được chứng minh là có cơ chế thẩm định hiệu quả). Tuy nhiên, Hướng dẫn này không khuyến nghị doanh nghiệp bắt buộc các nhà cung cấp tham gia vào các sáng kiến cụ thể trừ khi doanh nghiệp sẵn sàng hỗ trợ chi phí tham gia của nhà cung cấp và bất kỳ khoản phí nào có liên quan. Thay vào đó, các doanh nghiệp nên công nhận một loạt các công cụ, sáng kiến thẩm định hợp tác, v.v. phù hợp với Hướng dẫn này.

Hiểu rõ hoàn cảnh hoạt động

Doanh nghiệp nên tìm hiểu bối cảnh mà mình hoạt động để điều chỉnh việc đánh giá bên cung ứng một cách phù hợp - đặt câu hỏi đúng cách - và có đầy đủ thông tin để ngăn ngừa hoặc giảm thiểu tác hại về lâu dài. Cụ thể, khuyến khích doanh nghiệp:

- Hiểu rõ nhóm dân cư nào bị ảnh hưởng nhiều nhất bởi rủi ro, các các yếu tố rủi ro cục bộ có thể làm trầm trọng thêm thiệt hại, nguyên nhân cơ bản của tác hại và các tác nhân có liên quan. Khi xác định nhóm dân cư nào có thể bị ảnh hưởng nhiều nhất bởi rủi ro, doanh nghiệp có thể xem xét các động thái sau:
    - sự bất bình đẳng giữa nam và nữ (các vai trò khác nhau mà xã hội giao phó cho phụ nữ và nam giới có thể dẫn đến phụ nữ và trẻ em gái bị loại ra khỏi các cơ hội ra quyết định và đặt họ vào thế bất lợi trong gia đình và cộng đồng);
    - tuổi tác (trong một số xã hội, những người trẻ và người lớn tuổi có thể bị coi là có ít đóng góp và có thể bị bỏ qua);
    - dân tộc (liên quan đến các nhóm thống trị hơn hoặc liên quan đến các cộng đồng chủ);
    - phân loại xã hội trong mối quan hệ với những người lao động hoặc người giám sát khác;
    - tôn giáo (đặc biệt khi là thiểu số);
    - tình trạng sức khoẻ (phụ nữ có thai, bệnh kinh niên, v.v ....);
    - tỷ lệ phần trăm lực lượng lao động là lao động nhập cư;
    - mức độ sử dụng công việc làm tại nhà;
    - trình độ văn hóa (biết đọc biết viết, các kỹ năng, bao gồm cả kỹ năng ngôn ngữ, không đi học).
- Xác định sự sẵn có của các cơ chế khiếu kiện tư pháp và phi tư pháp, trong phạm vi có thể.
- Xác định và đánh giá các sáng kiến địa phương và quốc gia tập trung vào việc ngăn ngừa và giảm thiểu tác hại. Việc lập bản đồ các sáng kiến hiện có, mục tiêu và tác động chung của các sáng kiến này (khi có thông tin) sẽ giúp doanh nghiệp hiểu được liệu các sáng kiến này có thể giúp doanh nghiệp nhận diện, ngăn ngừa, giảm thiểu và giải quyết thiệt hại trong chuỗi cung ứng của mình hay không.

Doanh nghiệp có thể dựa vào nghiên cứu hiện hành nếu có sẵn. Doanh nghiệp cũng có thể tìm kiếm thông tin từ các tổ chức phi chính phủ quốc tế và địa phương (VD thông qua phỏng vấn) và các tổ chức quốc tế[21], hoặc tiếp xúc với các tổ chức công đoàn quốc tế có thể cung cấp thông tin về những bối cảnh như vậy.

Hướng dẫn trên có thể phù hợp nhất với các rủi ro tác động đối với quyền con người và lao động, những rủi ro này thường phức tạp và bản chất có thể khác nhau rất nhiều. Tuy nhiên, hướng dẫn trên cũng phù hợp với một số rủi ro môi trường, chẳng hạn như sử dụng nước. Doanh nghiệp sẽ liên tục cần có các thông tin mới để hiểu thêm về bối cảnh mà mình hoạt động hoặc sử dụng nguồn cung ứng.

[21] Ví dụ, OECD, Liên hiệp quốc, ILO và Ngân hàng Thế giới.

Hợp tác

Khuyến khích các doanh nghiệp có nguồn cung ứng ở cùng một nước và các cụm sản xuất ở các quốc gia hợp tác cùng nhau để xác định các thông tin trên và chia sẻ rộng rãi trong ngành các thông tin mới.

Các yếu tố có thể ảnh hưởng tới bản chất thẩm định

Trong một số trường hợp, doanh nghiệp khó có thể đánh giá được các bên cung ứng có rủi ro cao hơn – ví dụ do thiếu khả năng quan sát và tác động. Điều này không làm ảnh hưởng tới trách nhiệm xác định tác động bất lợi trong chuỗi cung ứng của doanh nghiệp, nhưng nó cảnh hưởng tới những gì mà một doanh nghiệp có thể làm một cách hợp lý. Xem khuyến nghị trong Bảng 4.

Bảng 4. Các yếu tố có thể ảnh hưởng tới bản chất và mức độ thẩm định liên quan tới đánh giá bên cung ứng

Bối cảnh	Khuyến nghị
Nhiều bên cung ứng có rủi ro cao	Với mục tiêu đánh giá toàn bộ các bên cung ứng có rủi ro hiện tại, doanh nghiệp có thể ưu tiên đánh giá các bên cung ứng có rủi ro cao hơn và đáng kể nhất từ góc độ quy mô, tỷ lệ sản phẩm mà doanh nghiệp đặt hàng (hoặc tỷ lệ phần trăm các quốc gia tìm nguồn cung); khi mức độ nghiêm trọng của tác động được cho nghiêm trọng nhất hoặc khi thiệt hại không thể khắc phục được[1]. Doanh nghiệp phải chuẩn bị tinh thần giải trình về việc xác lập ưu tiên.
Doanh nghiệp thiếu khả năng ảnh hưởng với bên cung ứng trực tiếp	Nhiều trường hợp doanh nghiệp có thể thiếu khả năng tác động tới bên cung ứng trực tiếp, ví dụ (a) doanh nghiệp nhỏ hơn bên cung ứng; hoặc (b) doanh nghiệp đặt hàng hạn chế từ bên cung ứng. Khi đó, doanh nghiệp sẽ khó thu thập thông tin từ bên cung ứng, khó tiếp cận các cơ sở của bên cung ứng, khó thuyết phục bên cung ứng tham gia đánh giá cơ sở. Nhưng, doanh nghiệp vẫn có trách nhiệm tiến hành thẩm định. Trong trường hợp này, doanh nghiệp có thể: • Tăng cường khả năng ảnh hưởng của mình với bên cung ứng bằng cách đặt hàng nhiều hơn, chuyển sáng ký hợp đồng dài hạn hơn, công khai các kế hoạch hành động khắc phục của bên cung ứng, v.v.... • Lôi kéo sự ảnh hưởng với các bên mua khác cũng sử dụng nguồn cung của cùng bên cung ứng, ví dụ, điều chỉnh các hoạt động, thời hạn và các biện pháp đôn đốc có trong kế hoạch hành động khắc phục của bên cung ứng • Theo thời gian, chỉ sơ tuyển và hợp tác với các bên cung ứng sẵn sàng đánh giá. Xem phần 3.2.2 về sơ tuyển. Doanh nghiệp cũng có thể đặt hàng trực tiếp từ các bên cung ứng đã được đánh giá bởi các sáng kiến đa bên hoặc các sáng kiến của ngành có uy tín. Nếu một bên cung ứng có nguy cơ cao là sẽ gây thiệt hại nghiêm trọng nhưng lại và không sẵn sàng cho việc đánh giá, doanh nghiệp có thể cân nhắc chấm dứt quan hệ với bên cung ứng đó. Xem Phần 3.2.

Doanh nghiệp mua hàng qua bên trung gian (VD: đại lý mua hàng)	Doanh nghiệp có trách nhiệm tiến hành thẩm định ngay cả khi doanh nghiệp tìm nguồn cung ứng thông qua một bên trung gian. Doanh nghiệp có thể tiến hành thẩm định theo Hướng dẫn này hoặc doanh nghiệp có thể yêu cầu các đại lý mua hàng của mình đánh giá các bên cung ứng mà họ lấy nguồn. Trong trường hợp này, bên trung gian có thể gộp chi phí đánh giá bên cung ứng vào khung giá của mình. Doanh nghiệp có thể hỗ trợ các đại lý mua hàng của mình đánh giá bên cung ứng; chẳng hạn thông qua việc tạo điều kiện giới thiệu các đại lý với những sáng kiến toàn ngành hoặc sáng kiến đa bên có đánh giá bên cung ứng. Xem Hộp 5 để biết thông tin về cách tương tác với bên trung gian.
Doanh nghiệp tìm cách đánh giá bên cung ứng cấp 2	Doanh nghiệp có thể thiếu tầm ảnh hưởng đối với các bên cung ứng mà doanh nghiệp không ký hợp đồng trực tiếp. Trong những trường hợp đó, doanh nghiệp có thể khó thu thập thông tin từ bên cung ứng, tiếp cận cơ sở vật chất của họ hoặc thuyết phục bên cung ứng tham gia đánh giá cơ sở vật chất. Doanh nghiệp có thể yêu cầu bên cung ứng trực tiếp của mình (ví dụ: bên cung ứng cấp 1) đánh giá các bên cung ứng của họ (ví dụ: bên cung ứng cấp 2) và công bố thông tin về các phát hiện. Khuyến khích doanh nghiệp hỗ trợ quá trình này. Ví dụ: một thương hiệu có thể hợp tác với bên cung ứng cut-make-trim (CMT) để đánh giá các nhà máy kéo sợi. Lĩnh vực may mặc và giày dép cũng có thể dùng ảnh hưởng của ngành ở một khu vực tìm nguồn cung ứng (ví dụ: một khu chế xuất hay cụm sản xuất) để đánh giá các bên cung ứng
Các bên cung ứng ở thượng nguồn ngoài phạm vi nguồn cung ứng cấp 2 (ví dụ: nguyên liệu thô)	Doanh nghiệp có thể không nhìn thấy các bên cung ứng của mình hoạt động ở thượng nguồn. Khuyến khích doanh nghiệp thiết lập các cơ chế phù hợp để xác định xem nguy cơ xảy ra thiệt hại nghiêm trọng với các bên cung ứng thượng nguồn có cao không. Xem Hộp 3 để có thêm thông tin về các cơ chế ví dụ này.

1: Trong cả hai ví dụ này, thứ tự ưu tiên được xác lập dựa trên mức độ nghiêm trọng của thiệt hại. Việc ưu tiên các bên cung ứng có ý nghĩa nhất về tỷ lệ phần trăm sản phẩm được sử dụng hoặc quy mô của doanh nghiệp có thể giải quyết được vấn đề "phạm vi" của thiệt hại, tức là các bên cung ứng có quy mô có thể cho thấy phạm vi tác động lớn hơn.

Bảng 5. Các yếu tố ảnh hưởng đến bản chất và mức độ thẩm định – Hiểu rõ bối cảnh hoạt động

Bối cảnh	Khuyến nghị
Nguồn lực của doanh nghiệp hạn chế	Trong hầu hết các trường hợp, có thể tìm thấy thông tin từ các nguồn công khai hiện có. Trường hợp thông tin không tồn tại, khuyến khích các doanh nghiệp có cùng nguồn cung ứng hợp tác với nhau để tiến hành đánh giá. Doanh nghiệp cũng có thể khuyến khích hiệp hội ngành nghề của mình thực hiện đánh giá. Nếu một trong các cách trên đều không thể đem lại thông tin, thì doanh nghiệp nên cắt giảm chi phí thẩm định (ví dụ: bằng cách hợp nhất các bên cung ứng) hoặc tìm nguồn cung ứng trực tiếp ở các quốc gia có rủi ro thấp hơn cho đến khi có thể thu thập được đủ thông tin để có được nguồn cung một cách trách nhiệm
Doanh nghiệp tìm cách mở rộng sang thị trường mới	Doanh nghiệp có thể ủy thác thực hiện hoặc thực hiện đánh giá tại chỗ hoặc hợp tác với các doanh nghiệp tìm nguồn cung ứng từ cùng khu vực để tiến hành đánh giá. Doanh nghiệp cũng có thể khuyến khích hiệp hội ngành của mình thực hiện một đánh giá. Nếu một doanh nghiệp tìm kiếm nguồn hàng từ một thị trường mới với các vấn đề nghiêm trọng đã biết về quyền con người, lao động hoặc môi trường, nhưng không đủ thông tin về bối cảnh hoạt động cục bộ và doanh nghiệp không thể xác định được thông tin đó, thì doanh nghiệp đó không nên tham gia thị trường này.

2.4 Đánh giá mối quan hệ của doanh ghiệp với tác động

Thông qua các quy trình trên, doanh nghiệp đã nhận diện được các tác động trong hoạt động và chuỗi cung ứng của mình. Là một phần của quá trình thẩm định, doanh nghiệp nên nỗ lực trung thực để tìm hiểu xem mình có gây ra, góp phần vào hoặc liên quan đến các tác động đã nhận diện. Xác định mối quan hệ của doanh nghiệp với các tác động này là một việc làm khó khăn và đôi khi mang tính khái niệm. Tuy nhiên, đó là một việc làm quan trọng ít nhất là đối với các kỳ vọng về phản ứng của doanh nghiệp (tức là liệu doanh nghiệp có chủ động khắc phục không).

Bảng 6. Quan hệ của doanh nghiệp đối với tác động và hành động phù hợp

Mối quan hệ	Hành động phù hợp
Doanh nghiệp **gây ra** thiệt hại	• Chấm dứt hành động gây ra hoặc góp phần gây ra thiệt hại và giảm thiểu thiệt hại còn lại. Xem phần 3 • Khắc phục thiệt hại. Xem Phần 6 • Ngăn ngừa hoặc giảm thiểu thiệt hai trong tương lai. Xem phần 3
Doanh nghiệp **góp phần** vào thiệt hại (liên quan tới hoạt động và chuỗi cung ứng của doanh nghiệp)	• Chấm dứt hành động góp phần gây ra thiệt hại. Xem phần 3 • Khắc phục thiệt hại. Xem Phần 6 • Ngăn ngừa hoặc giảm thiểu thiệt hai trong tương lai. Xem phần 3 • Sử dụng ảnh hưởng tác động tới thực thể gây thiệt hại để ngăn ngừa hoặc giảm thiểu thiệt hại đó. Xem phần 3.

Doanh nghiệp **liên quan** tới thiệt hại (nghĩa là thiệt hại trong chuỗi cung ứng của doanh nghiệp)	Ngăn ngừa hoặc giảm thiểu tác hại trong chuỗi cung ứng của doanh nghiệp, ví dụ, thông qua các biện pháp nội bộ và sử dụng ảnh hưởng để tác động đến bên cung ứng. Xem phần 3.

Làm thế nào doanh nghiệp có thể đánh giá quan hệ của mình với tác động (là nguyên nhân, góp phần hay trực tiếp liên quan)?

Một doanh nghiệp nên sử dụng quy trình thẩm định để xác định mối quan hệ của mình với các tác động đã được doanh nghiệp nhận diện. Mối quan hệ này sẽ xác định hành động mà doanh nghiệp sẽ thực hiện tiếp đó. Trong lĩnh vực may mặc và da giày, khả năng cao nhất có thể là doanh nghiệp gây ra thiệt hại trong hoạt động của mình và góp phần vào thiệt hại trong chuỗi cung ứng của mình. Hơn nữa, một doanh nghiệp có nhiều khả năng liên quan đến các tác hại gây ra bởi các bên cung ứng trong chuỗi cung ứng của doanh nghiệp.

Nguyên nhân: Doanh nghiệp được coi là "gây ra" tác động bất lợi nếu giữa hoạt động, sản phẩm hoặc dịch vụ của doanh nghiệp và tác động bất lợi đó tồn tại một mối quan hệ nhân quả.

Các câu hỏi cần xem xét:

Q. Hành động của doanh nghiệp có trực tiếp gây ra tác động bất lợi không?

Q. Việc doanh nghiệp không hành động có trực tiếp gây ra tác động bất lợi không?

Góp phần: Doanh nghiệp "góp phần gây ra" tác động nếu hành động của doanh nghiệp khiến cho, tạo điều kiện hoặc khuyến khích một tổ chức khác gây ra tác động bất lợi. Đóng góp của doanh nghiệp phải đáng kể.

Các câu hỏi cần xem xét

Q. "Nếu không vì" doanh nghiệp đã hành động hoặc không hành động, thì liệu thực thể có gây ra tác hại không?

Q. Liệu việc doanh nghiệp hành động (hoặc không hành động) có tạo điều kiện cho bên cung ứng gây ra một tác động bất lợi, hoặc có làm cho điều đó trở nên khả thi hoặc dễ dàng hơn hay không?

Q: Liệu việc doanh nghiệp hành động (hoặc không hành động) có khuyến khích hoặc thúc đẩy bên cung ứng gây ra tác động bất lợi không?

Q: Nếu câu trả lời đều là CÓ cho các câu hỏi trên, thì giữa hành động của doanh nghiệp và hành động đã được thực hiện (ví dụ: bởi bên cung ứng) dẫn đến tác động bất lợi có tồn tại một mối quan hệ nhân quả không?

Liên quan trực tiếp *Sự liên quan* được định nghĩa là mối quan hệ giữa thiệt hại và sản phẩm, dịch vụ hoặc hoạt động của công ty thông qua một công ty khác (tức là mối quan hệ kinh doanh). "Cung ứng trực tiếp" không phải là *liên quan trực tiếp*.

Câu hỏi cần xem xét

Q: Có thiệt hại nào trong chuỗi cung ứng của doanh nghiệp không phải do bản thân doanh nghiệp gây ra hoặc góp phần gây ra không?

1. Như vậy, việc xem xét mức độ hoặc quy mô tác động mà doanh nghiệp gây ra, tạo điều kiện hoặc thúc đẩy để thực thể khác gây ra tác động bất lợi cũng có liên quan.

3. CHẤM DỨT, NGĂN NGỪA HOẶC GIẢM THIỂU THIỆT HẠI TRONG HOẠT ĐỘNG VÀ CHUỖI CUNG ỨNG CỦA DOANH NGHIỆP

Các kỳ vọng trong Bộ Hướng dẫn của OECD

Khi một doanh nghiệp gây ra hoặc có thể gây ra tác động bất lợi về quyền con người, thì doanh nghiệp đó phải thực hiện các bước cần thiết để chấm dứt hoặc ngăn ngừa tác động đó". (Bộ Hướng dẫn của OECD, IV, Bình luận 42)

"Đối với chuỗi cung ứng của mình, nếu thấy có nguy cơ gây ra tác động bất lợi, thì doanh nghiệp cần thực hiện các bước cần thiết để chấm dứt hoặc ngăn ngừa tác động đó". (Bộ Hướng dẫn của OECD, II, Bình luận 18)

"Doanh nghiệp nên tìm cách ngăn ngừa hoặc giảm thiểu tác động bất lợi ngay cả khi học không góp phần vào tác động đó, nhưng khi tác động đó liên quan trực tiếp đến hoạt động, sản phẩm hoặc dịch vụ của họ thông qua một mối quan hệ kinh doanh. Đây không phải là quy định nhằm chuyển trách nhiệm từ chủ thể gây ra tác động bất lợi sang cho doanh nghiệp mà chủ thể đó có mối quan hệ kinh doanh." (Bộ Hướng dẫn của OECD, II, A12)

3.1 Chấm dứt, ngăn ngừa hoặc giảm thiểu thiệt hại trong hoạt động của chính doanh nghiệp

Doanh nghiệp phải chấm dứt mọi hành động gây ra hoặc góp phần gây ra thiệt hại cho hoạt động của chính mình. Doanh nghiệp nên xây dựng và thực hiện một kế hoạch - thường được gọi là kế hoạch hành động khắc phục (CAP) trong lĩnh vực may mặc và giày dép - để ngăn ngừa và/hoặc giảm thiểu các tác hại trong tương lai đối với hoạt động của mình. Kế hoạch này phải nêu chi tiết những hành động sẽ được thực hiện với các mốc thời gian rõ ràng phục vụ cho việc theo dõi. Các biện pháp đề xuất phải tương xứng với mức độ nghiêm trọng của thiệt hại.

Các mục tiêu ngắn hạn của CAP

Trong ngắn hạn, cần thực hiện ngay lập tức các biện pháp để chấm dứt các tác động hiện có và ngăn ngừa các mối nguy nghiêm trọng trước mắt. Trong trường hợp có nguy cơ thiệt hại nghiêm trọng tức thì đối với sức khỏe và tính mạng của người lao động, doanh nghiệp phải đảm bảo ngay lập tức đưa người lao động ra khỏi phạm vi của mối nguy đó, ví dụ, xem Mô-đun 5, Sức khỏe và an toàn nghề nghiệp. Tương tự như vậy, nếu có nguy cơ thiệt hại nghiêm trọng tức thì đối với môi trường, doanh nghiệp phải dừng các hoạt động gây ra (hoặc có nguy cơ gây ra) thiệt hại cho đến khi giải quyết xong nguy cơ đó.

CÁC THUẬT NGỮ QUAN TRỌNG

Ngăn ngừa – là thuật ngữ được sử dụng trong Hướng dẫn này để chỉ một cách khái quát bất cứ hành động nào được thực hiện để ngăn không cho thiệt hại xảy ra. Nói cách khác "Ngăn ngừa" không nhất thiết là tránh rủi ro. Ngoài ra, ngăn ngừa cũng có thể chỉ các hành động mà doanh nghiệp áp dụng để tránh các thiệt hại trong hoạt động của riêng mình hoặc các hành động được doanh nghiệp thực hiện để tránh các thiệt hại liên quan tới chuỗi cung ứng của doanh nghiệp (VD nâng cao năng lực cho bên cung ứng v.v....).

Giảm thiểu – là khái niệm chỉ các hành động được thực hiện để giảm bớt hoặc loại bỏ thiệt hại khi trường hợp tiêu cực xảy ra. Các biện pháp giảm thiểu có thể được thực hiện trước, trong hoặc sau khi trường hợp tiêu cực xảy nhằm giảm bớt mức độ thiệt hại. Ví dụ, một nhà máy dệt áp dụng các công nghệ tốt nhất để giảm bớt nguy cơ ô nhiễm nước.

Các giải pháp ngắn hạn và giải pháp định hướng kết quả của một CAP

Về lâu dài, doanh nghiệp nên tìm cách xây dựng các giải pháp hướng tới kết quả nghĩa là ứng phó để ngăn ngừa tác hại. Trong hầu hết các trường hợp, các ứng phó định hướng kết quả phải đáp ứng các tiêu chí sau: ưu tiên nguồn lực ở đâu hiệu quả nhất, các biện pháp ứng phó phải tương xứng với nguy cơ thiệt hại, các biện pháp ứng phó phải bền vững và các biện pháp ứng phó phải được xây dựng dựa trên các bằng chứng hiện có. Xem Hình 1.

Hình 1. Các tiêu chí của giải pháp định hướng kết quả

Khuyến nghị	Ví dụ
Ưu tiên nguồn lực ở đâu hiệu quả nhất Nguồn lực phải được phân bổ đầu tiên cho những khâu mà biện pháp can thiệu có tác động lớn nhất.	*Rủi ro*: Cháy nổ *Ví dụ*: Đầu tiên, doanh nghiệp phải ưu tiên đảm bảo an toàn ở nơi làm việc, sau đó chú trọng tới tập huấn an toàn cháy nổ cho người lao động.
Tương xứng với nguy cơ thiệt hại Hầu hết các rủi ro trong lĩnh vực may mặc và giày dép đều phức tạp, có nghĩa là cần phải có nhiều biện pháp can thiệp để ngăn ngừa hoặc giảm thiểu tác hại một cách thỏa đáng.	*Rủi ro*: Không tuân thủ với quy định của pháp luật về tiền lương *Ví dụ*: Doanh nghiệp có thể trả lương tự động cho người lao động. Đi kèm với đó có thể là đào tạo cho người lao động về các quyền hợp pháp của họ liên quan đến tiền lương, phúc lợi và cách đọc phiếu trả lương.
Phải bền vững Các giải pháp dài hạn sẽ dẫn đến kết quả lâu dài. Trong nhiều trường hợp, điều này có nghĩa là các quy trình phải được lồng ghép vào hệ thống quản lý.	*Rủi ro*: Xử lý và tiêu hủy hóa chất độc hại *Ví dụ*: Đưa vấn đề tập huấn cho người lao động về cách xử lý và tiêu hủy hóa chất an toàn vào nội dung định hướng và các khóa bồi dưỡng liên tục cho người lao động.
Dựa trên bằng chứng hiện có Khi tồn tại giải pháp, doanh nghiệp nên xem xét áp dụng hoặc dựa trên các giải pháp đó	*Rủi ro*: Sử dụng nước *Ví dụ*: Doanh nghiệp áp dụng các kỹ thuật tốt nhất hiện có cho ngành.

Các thành phần của CAP cho hoạt động của chính doanh nghiệp

Các kế hoạch hành động khắc phục (CAP) cần có các mốc thời gian rõ ràng để thực hiện và theo dõi. Chúng thường là sự kết hợp của nhiều yếu tố trong đó có chính sách, đào tạo, nâng cấp cơ sở vật chất và củng cố hệ thống quản lý.

- *Chính sách*: Chính sách thể hiện cam kết của doanh nghiệp trong việc duy trì các tiêu chuẩn quốc tế và là nền tảng cho các hành động tiếp theo, chẳng hạn như đào tạo, nâng cấp cơ sở vật chất, v.v …
- *Đào tạo*: Mặc dù mục tiêu, đối tượng và nội dung đào tạo phải phù hợp với mục đích, nhưng đào tạo là một hợp phần quan trọng của hầu hết các kế hoạch hành động khắc phục. Trong hầu hết mọi trường hợp, đào tạo nên bao gồm thông tin về rủi ro, quyền của người lao động và vai trò của người được đào tạo trong việc ngăn ngừa hoặc giảm thiểu tác hại.
- *Nâng cấp cơ sở vật chất*: Một số thiệt hại chỉ có thể được ngăn ngừa bằng cách đầu tư cải thiện cơ sở vật chất và thiết bị. Các khoản đầu tư đó có thể bao gồm: hệ thống chiếu sáng, thông gió, thoát hiểm trong trường hợp cháy nổ, máy móc mới, v.v ....

- *Các hệ thống quản lý:* Có thể tăng cường các hệ thống quản lý để (i) theo dõi thông tin tốt hơn và đánh dấu rủi ro trước khi xảy ra thiệt hại hoặc (ii) thiết lập các biện pháp có hệ thống để giảm thiểu nguy cơ thiệt hại ngay từ đầu. Ví dụ, một nhà máy kéo sợi có thể tăng cường sơ tuyển các nhà tuyển dụng lao động tư nhân để ngăn chặn tình trạng lao động cưỡng bức và lao động trẻ em. Ví dụ, một nhà máy có thể chuyển sang cơ chế trả lương tự động để ngăn chặn việc giảm trừ tiền lương không công bằng.
- *Quyền của người lao động*: Liên quan đến các tác động lao động, doanh nghiệp nên đưa vào nội dung kế hoạch hành động khắc phục việc thẩm định quyền thành lập và tham gia công đoàn và quyền thương lượng tập thể của người lao động. Công đoàn và các tổ chức đại diện do người lao động lựa chọn đóng một vai trò quan trọng trong việc ngăn ngừa các tác động bất lợi tại chỗ nhờ các thỏa thuận thương lượng tập thể, giám sát liên tục và giúp người lao động tiếp cận các cơ chế khiếu nại hoặc tự xây dựng một cơ chế khiếu nại. Vì lý do này, các quyền này được coi là quyền được phép.

Tham gia với các bên có lợi ích liên quan và tham vấn chuyên gia

Người lao động và công đoàn và các tổ chức đại diện do chính người lao động lựa chọn nên tham gia vào quá trình xây dựng kế hoạch hành động khắc phục, bao gồm cả việc thiết kế các chính sách và chương trình. Người lao động cần được cung cấp thông tin đầy đủ và chính xác và được tạo cơ hội để trình bày những quan ngại và đóng góp ý kiến của mình. Doanh nghiệp cũng có thể hợp tác trực tiếp với tổ chức công đoàn để tạo điều kiện cho người lao động góp ý kiến, xem phần Giới thiệu. Doanh nghiệp nên xem xét liệu có cần tư vấn của chuyên gia để xây dựng kế hoạch hành động khắc phục hay không. Rủi ro càng phức tạp thì doanh nghiệp càng nên cân nhắc việc nhờ chuyên gia để thiết kế phương án ứng phó phù hợp.

Các yếu tố có thể ảnh hưởng tới bản chất thẩm định

Mọi doanh nghiệp, bất kể quy mô, phân ngành, vị trí trong chuỗi cung ứng và bối cảnh hoạt động, phải chấm dứt, ngăn ngừa hoặc giảm thiểu các tác động có hại mà hoạt động của họ có thể gây ra. Tuy nhiên, doanh nghiệp có thể áp dụng cách tiếp cận theo giai đoạn để ưu tiên giải quyết trước những tác động nghiêm trọng nhất.

3.2 Tìm cách ngăn ngừa hoặc giảm thiểu thiệt hại trong chuỗi cung ứng của doanh nghiệp

Doanh nghiệp cần xây dựng và thực hiện kế hoạch của riêng mình để tìm cách ngăn ngừa hoặc giảm thiểu tác hại trong tương lai trong chuỗi cung ứng của mình. Kế hoạch này phải nêu chi tiết những hành động mà bản thân doanh nghiệp sẽ thực hiện với các mốc thời gian rõ ràng để theo dõi. Các biện pháp theo đuổi phải tương xứng với mức độ nghiêm trọng của tác hại.

Kế hoạch của doanh nghiệp có thể bao gồm các biện pháp được mở rộng dưới đây:

- Ngăn chặn việc góp phần gây ra thiệt hại trong chuỗi cung ứng của doanh nghiệp. Xem phần 3.2.
- Thực hiện các biện pháp nội bộ để giảm thiểu rủi ro trong chuỗi cung ứng của doanh nghiệp. Xem phần 3.2.
- Sử dụng ảnh hưởng để tác động đến bên cung ứng nhằm ngăn ngừa hoặc giảm thiểu thiệt hại. Xem phần 3.2.
- Hỗ trợ bên cung ứng ngăn ngừa hoặc giảm thiểu thiệt hại. Xem phần 3.2.
- Chấm dứt quan hệ với bên cung ứng. Xem phần 3.2.
- Huy động sự tham gia của chính phủ. Xem phần 3.2.

3.2.1 Ngăn ngừa việc góp phần vào thiệt hại trong chuỗi cung ứng của doanh nghiệp

Nếu xác định rằng mình đã góp phần gây ra thiệt hại, thì doanh nghiệp phải chủ động hoặc hợp tác để khắc phục thiệt hại. Xem phần 6.

Nếu xác định thấy nguy cơ góp phần gây ra thiệt hại trong chuỗi cung ứng của mình, doanh nghiệp nên xây dựng và thực hiện một kế hoạch để ngăn chặn sự đóng góp đó. Xem thêm những hướng dẫn trong phần Quan hệ của Doanh nghiệp với Tác động để xác định liệu doanh nghiệp có góp phần vào tác động trong chuỗi cung ứng của mình hay không. Các biện pháp theo đuổi phải tương xứng với mức độ nghiêm trọng của thiệt hại. Trong hầu hết các trường hợp, kế hoạch nên bao gồm các nội dung sau:

- *Tham gia với bên cung ứng*: Tìm kiếm thông tin đầu vào của bên cung ứng về cách thức doanh nghiệp góp phần gây hại và các giải pháp tiềm năng.
- *Biện pháp kiểm soát:* Thực hiện các biện pháp giảm thiểu nguy cơ thiệt hại. Một chính sách hiệu quả, đào tạo người lao động và đội ngũ quản lý là các biện pháp kiểm soát mà doanh nghiệp có thể thực hiện.
- *Hệ thống cảnh báo:* Xác định các chỉ báo, hoặc các chỉ số rủi ro và bao gồm các thủ tục để doanh nghiệp thực hiện theo nếu xác định được rủi ro đó góp phần gây ra thiệt hại.

Hộp 4. Ngăn ngừa việc đóng góp vào thiệt hại thông qua các hoạt động mua hàng có trách nhiệm

Khuyến nghị cho các nhà bán lẻ, các thương hiệu và các bên trung gian mua hàng của họ

Các thông lệ mua hàng của các công ty bán lẻ, các thương hiệu và các bên trung gian mua hàng của họ đã được chứng minh là góp phần gây ra các tác động bất lợi - chẳng hạn như bị ép làm thêm giờ quá mức và lương thấp - trong một số trường hợp. Đây là trường hợp dễ xảy ra nhất khi đơn đặt hàng bị thay đổi, hủy bỏ, đặt muộn, gấp rút (đặc biệt vào các đợt cao điểm hoặc ngày lễ) hoặc khi thời gian giao hàng được quy định ngắn hơn khả năng thực thi. Việc trây ì hoặc chậm thanh toán sản phẩm cũng có thể khiến cho nhà cung cấp chậm trả lương cho người lao động của họ. Quá trình đàm phán giá của một doanh nghiệp có thể dẫn đến việc cắt giảm chi phí và do đó tác động đến lao động, quyền con người hoặc môi trường. Doanh nghiệp nên tăng cường hệ thống quản lý của mình để ngăn ngừa khả năng góp phần gây hại thông qua các hoạt động mua hàng của mình. Cụ thể, khuyến khích doanh nghiệp đánh giá lại xem các hoạt động thu mua của mình có góp phần gây hại hay không, có thực hiện các biện pháp kiểm soát và theo dõi các chỉ báo nguy cơ thiệt hại không.

Đánh giá xem các hoạt động mua hàng có góp phần vào thiệt hại hay không

- Khuyến khích doanh nghiệp tiếp xúc với các nhà cung cấp của mình để tìm hiểu xem liệu hoạt động mua hàng có góp phần gây thiệt hại hay không và nếu có thì ở mức độ nào. Nhận thức được thực tế các nhà cung cấp có thể miễn cưỡng không chịu phản hồi một cách tự nguyện, doanh nghiệp có thể thu thập thông tin ẩn danh từ các nhà cung cấp của mình (ví dụ: khảo sát hàng năm) hoặc hợp tác với bên thứ ba có tổng hợp dữ liệu và chia sẻ các phát hiện.
- Doanh nghiệp nên theo dõi các chỉ số hành động tương ứng dẫn đến thiệt hại. Ví dụ: tỷ lệ phần trăm đơn hàng đặt muộn, tỷ lệ phần trăm các đơn hàng bị thay đổi sau khi đặt hàng; số ngày kể từ lần thay đổi cuối cùng và chuyển hàng. Cần thiết lập các hệ thống để theo dõi những thông tin đó một cách liên tục.[1]
- Nếu thông qua theo dõi, doanh nghiệp nhận thấy các thông lệ trên (ví dụ: thay đổi đơn đặt hàng) là phổ biến, thì doanh nghiệp nên tìm hiểu lý do. Các thành viên trong nhóm/đơn vị chịu trách nhiệm đặt hàng cần tham gia phân tích.

Các biện pháp kiểm soát để ngăn chặn việc góp phần gây ra thiệt hại

- Khuyến khích doanh nghiệp thực hiện các biện pháp kiểm soát để ngăn chặn việc góp phần gây thiệt hại thông qua các hoạt động mua bán của mình bất kể doanh nghiệp đã xác định được những đóng góp cụ thể đối với thiệt hại hay chưa.
- Doanh nghiệp nên xây dựng các mô hình định giá tính đến chi phí tiền lương, lợi ích và các khoản đầu tư vào việc làm tử tế. Những yếu tố trên cần được phản ánh trong các giá FOB cùng với những cân nhắc về giá cả truyền thống như số lượng hàng cần mua, chi phí nguyên vật liệu,

yêu cầu kỹ năng, v.v ....

- Các biện pháp kiểm soát bổ sung có thể bao gồm:
  - Ấn định ngày đặt hàng cuối cùng với bên cung ứng.
  - Thông báo về thời hạn cho mọi người trong nhóm mua hàng.
  - Chia sẻ kế hoạch mua hàng với các bên cung ứng và thông báo kịp thời các nội dung cập nhật.
  - Cải thiện sự phối hợp trong dự báo, bao gồm việc phối hợp giữa các khu vực địa lý, danh mục và thiết kế sản phẩm để có được thông tin phù hợp và ra quyết định vào đúng thời điểm.
  - Tối ưu hóa cơ sở tìm nguồn cung để xử lý các biến động về năng lực, thông qua và triển khai các công nghệ cần thiết để đáp ứng nhu cầu về các kiểu dáng và sản phẩm mới nổi.[1]

Hệ thống cảnh báo

Doanh nghiệp nên xúc tiến các quy trình để các nhóm phụ trách mua hàng thực hiện trong trường hợp các thực tiễn hoạt động có thể góp phần gây hại. Ví dụ, thay đổi đơn sau khi đã đặt hàng hoặc đặt hàng muộn, doanh nghiệp có thể giảm thiểu rủi ro bằng cách a) thanh toán cho việc giao hàng gấp b) thay đổi ngày giao hàng hoặc c) cung cấp danh sách các nhà thầu phụ đã được sơ tuyển để thực hiện một phần đơn hàng.

1. Khuyến nghị được điều chỉnh từ "Các nhà cung cấp lên tiếng, làm thế nào để các thực hành mua hàng có trách nhiệm có thể cải thiện được điều kiện làm việc trong các chuỗi cung ứng toàn cầu" (2014), IEH - Sáng kiến Thương mại có Đạo đức của Na Uy và Thương mại Bền vững, Oslo.

3.2.2 Thực hiện các biện pháp nội bộ để giảm thiểu rủi ro trong chuỗi cung ứng của doanh nghiệp

Doanh nghiệp có thể thực hiện các biện pháp nội bộ để tránh các tác động bất lợi (VD: bằng cách tham gia với các nhà cung cấp đã có sẵn các biện pháp ngăn ngừa tác động) hoặc để ngăn chặn các tác động thực tế và tiềm năng (VD: bằng cách hỗ trợ các nhà cung cấp trong các biện pháp phòng ngừa và giảm thiểu của họ). Dưới đây là ví dụ về các biện pháp nội bộ. Hộp 5 cũng cung cấp thêm một số hướng dẫn dành cho các doanh nghiệp tìm nguồn cung ứng thông qua bên trung gian.

Sơ tuyển bên cung ứng

Doanh nghiệp đánh giá bên cung ứng trước khi đặt hàng. Mục đích của việc đánh giá này là để cân nhắc liệu có nên sử dụng nguồn nguyên liệu từ bên cung ứng này hay không đồng thời ngăn ngừa các tác động trong chuỗi cung ứng của mình. Doanh nghiệp chỉ nên đặt hàng nếu có thể xác định một cách hợp lý rằng nguy cơ thiệt hại là thấp (VD nhờ các biện pháp ngăn ngừa hoặc giảm thiểu tác hại của riêng của bên cung ứng) và/hoặc doanh nghiệp sẵn sàng tham gia thỏa đáng với bên cung ứng trong việc ngăn ngừa tác hại (VD thông qua nâng cao năng lực, vv ...). Mức độ đánh giá có thể dựa trên rủi ro, có nghĩa là độ sâu của đánh giá phải tương xứng với rủi ro.

Hợp nhất các bên cung ứng

Một doanh nghiệp sử dụng rất nhiều bên cung ứng có thể gặp khó khăn trong việc ngăn ngừa tác động do số lượng quá nhiều. Việc hợp nhất tổng số bên cung ứng có thể giúp tăng khả năng kiểm soát của doanh nghiệp đối với chuỗi cung ứng của mình và do đó, tập trung được nguồn lực để ngăn ngừa tác động với một số lượng hạn chế bên cung ứng. Biện pháp này đặc biệt phù hợp với các doanh nghiệp vừa và nhỏ với nguồn lực hạn chế.

Tìm hiểu bên cung ứng

Doanh nghiệp có mối quan hệ lâu dài với các bên cung ứng của họ và hiểu rõ bối cảnh hoạt động tại địa phương dễ có khả năng hiểu được rủi ro trong chuỗi cung ứng của mình và có thể hỗ trợ các bên cung ứng trong việc theo đuổi các giải pháp hướng tới kết quả. Có thể thành lập các văn phòng tìm nguồn cung ứng tại địa phương và trực tiếp đến thăm các bên cung ứng có thể giúp thực hiện điều này.

Xây dựng các biện pháp khuyến khích kinh doanh

Theo khuyến nghị, các biện pháp kiểm soát mà doanh nghiệp thực hiện phải có tác dụng khuyến khích các bên cung ứng tuân thủ chính sách RBC của doanh nghiệp. Ví dụ, doanh nghiệp có thể:

- đưa các kỳ vọng của bên cung ứng phù hợp với chính sách RBC của doanh nghiệp vào nội dung hợp đồng với bên cung ứng.
- xây dựng tầm ảnh hưởng với các bên cung ứng trực tiếp bằng cách tăng đơn đặt hàng hoặc đưa ra các đơn đặt hàng tiềm năng cho các bên cung ứng hoạt động tốt liên quan đến chất lượng sản xuất và hành vi kinh doanh có trách nhiệm.

Hộp 5. Thực hiện các biện pháp kiểm soát khi tìm nguồn cung ứng gián tiếp

Dưới đây là các khuyến nghị có thể áp dụng trong trường hợp doanh nghiệp dựa vào các bên trung gian mua hàng để đánh giá và ngăn ngừa các tác động liên quan đến bên cung ứng. Ví dụ, một thương hiệu có thể dựa vào một trung gian mua hàng để tiến hành thẩm định rủi ro liên quan tới các nhà sản xuất mà bên đó sử dụng làm bên cung ứng thay mặt cho thương hiệu. Trong những trường hợp như vậy, doanh nghiệp cần đánh giá khả năng thẩm định của bên trung gian theo Hướng dẫn này.

Sơ tuyển đại lý mua hàng

Khuyến khích doanh nghiệp xây dựng hoặc thực hiện một quy trình sơ tuyển đại lý mua hàng cho mình. Quá trình sơ tuyển có thể đánh giá khả năng thẩm định bên cung ứng của các bên trung gian. Doanh nghiệp có thể tập trung tìm hiểu những vấn đề sau trong quá trình sơ tuyển:

- bên trung gian có phải là một công ty hợp pháp có giấy phép phù hợp;
- bên trung gian có hoàn thành hợp đồng không hoặc có thuê ngoài một công ty khác không;
- tổng số bên cung ứng mà bên trung gian sử dụng nguồn nguyên liệu và vị trí địa lý của các bên cung ứng;
- tần suất bên trung gian đến thăm bên cung ứng và chức năng của các nhân viên đến thăm bên cung ứng;
- thời gian trung bình bên trung gian duy trì quan hệ với các bên cung ứng của mình;
- các biện pháp mà bên trung gian áp dụng để sơ tuyển các bên cung ứng nguyên liệu cho mình;
- hồ sơ theo dõi của bên trung gian về kết quả thực hiện liên quan đến quản lý rủi ro, kể cả các ý kiến nhận xét của khách hàng;
- tiết lộ thông tin về quan hệ gia đình với bên cung ứng nếu có.

Các biện pháp kiểm soát bổ sung: Có thể áp dụng các biện pháp kiểm soát dưới đây cho các bên trung gian đã được sơ tuyển.

- Đưa các kỳ vọng của bên trung gian phù hợp với chính sách RBC của doanh nghiệp vào nội dung hợp đồng với nhà cung cấp. Các bên trung gian nên áp dụng quy trình sơ tuyển đối với các nhà cung cấp trực tiếp và các bên trung gian của họ[1].
- Doanh nghiệp phải luôn biết rõ các đơn đặt hàng của mình đang ở đâu. Các bên trung gian nên chuẩn bị cung cấp những thông tin sau:
  - Kết quả lần đánh giá nhà cung ứng gần đây nhất và các biện pháp ứng phó tương ứng

– lựa chọn các nhà cung cấp đã được phê duyệt trước

– thông tin cập nhật về các nhà cung cấp

– kết quả đánh giá nhà cung cấp gần nhất và các biện pháp phòng ngừa tương ứng

- Các bên trung gian phải ngay lập tức cảnh báo doanh nghiệp khi xác định được các tác hại nghiêm trọng thực tế hoặc tiềm ẩn.
- Nếu khả thi, bên trung gian nên thiết lập mối quan hệ lâu dài với các nhà cung cấp trực tiếp của mình để hỗ trợ việc nhận diện liên tục và ngăn ngừa hoặc giảm thiểu tác động một cách hiệu quả.
- Doanh nghiệp thực hiện đánh giá dựa trên việc lấy mẫu ngẫu nhiên các nhà cung cấp đã được phê duyệt trước.

1. Doanh nghiệp có thể sơ tuyển nhà cung cấp thông qua các quy trình tương tự mà doanh nghiệp áp dụng cho các nhà cung cấp trực tiếp của mình hoặc bên trung gian có thể sơ tuyển nhà cung cấp. Trong trường hợp bên trung gian tự tiến hành sơ tuyển các nhà cung cấp cho mình, doanh nghiệp phải đảm bảo rằng quy trình sơ tuyển đó phải phù hợp với Hướng dẫn này và kỳ vọng của doanh nghiệp.

3.2.3 Sử dụng tầm ảnh hưởng để tác động tới bên cung ứng ngăn ngừa hoặc giảm thiểu thiệt hại

Doanh nghiệp có thể sử dụng ảnh hưởng của mình để tác động đến bên cung ứng nhằm ngăn ngừa hoặc giảm thiểu tác động. Khả năng ảnh hưởng được coi là tồn tại khi doanh nghiệp có khả năng thay đổi các hoạt động sai trái của đơn vị đã gây ra thiệt hại. Doanh nghiệp có thể sử dụng ảnh hưởng của mình để khuyến khích bên cung ứng thực hiện kế hoạch hành động khắc phục.

Trong lĩnh vực may mặc và giày dép, các doanh nghiệp thường duy trì ảnh hưởng của mình với các bên cung ứng trực tiếp của họ. Ví dụ, một thương hiệu thường sẽ có ảnh hưởng đối với với công ty sản xuất hàng may mặc và đến lượt công ty sản xuất hàng may mặc thì lại có ảnh hưởng tới các công ty xe sợi và dệt sợi. Mức độ ảnh hưởng đó bị tác động bởi một số yếu tố - chẳng hạn như tỷ trọng kinh doanh của doanh nghiệp đại diện cho bên cung ứng; doanh nghiệp có trực tiếp sử dụng nguồn cung từ bên cung ứng không hay mua qua đại lý mua hàng và liệu các thỏa thuận cung cấp nguồn hàng là ngắn hạn hay dài hạn. Uy tín của doanh nghiệp cũng như khả năng uy tín của bên cung ứng bị ảnh hưởng nếu doanh nghiệp chấm dứt quan hệ cũng có thể là một yếu tố ảnh hưởng. Ảnh hưởng của một doanh nghiệp được củng cố khi doanh nghiệp cam kết sử dụng nguồn cung từ những bên cung ứng thể hiện được hành vi kinh doanh có trách nhiệm và tuân thủ các cam kết của mình.

Nếu không có khả năng ảnh hưởng với bên cung ứng của mình, thì doanh nghiệp nên tìm cách gia tăng ảnh hưởng. Tuy nhiên, có thể có những trường hợp doanh nghiệp không thể tự mình gia tăng ảnh hưởng với bên cung ứng. Cụ thể là, ví dụ:

- Khi quy mô của doanh nghiệp nhỏ hơn đáng kể so với bên cung ứng và vì thế không thể gia tăng lượng đơn đặt hàng đến mức có thể tác động tới quyết định của bên cung ứng.
- Khi doanh nghiệp nằm ở cuối chuỗi, cách nhiều cấp so với bên cung ứng và do đó thiếu các hình thức ảnh hưởng thương mai trực tiếp đối với bên cung ứng thượng nguồn. Ví dụ, một nhà sản xuất hàng may mặc riêng lẻ không thể có khả năng ảnh hưởng đến một người trồng bông.

Trong các trường hợp trên, khuyến khích các doanh nghiệp hợp sức để tạo ảnh hưởng. Ví dụ, một nhóm doanh nghiệp sử dụng nguồn cung của cùng một bên cung ứng có thể hợp nhau lại để tạo ảnh hưởng của mình khuyến khích bên cung ứng ngăn ngừa tác động. Các doanh nghiệp có thể gộp ảnh hưởng của mình bằng cách thiết lập các mốc thời gian chung cho hành động khắc phục trên cơ sở hợp tác với các bên cung ứng chung. Các doanh nghiệp cũng có thể chọn cách cùng nhau công bố các kết quả đánh giá bên cung ứng, các kế hoạch hành động khắc phục và kết quả thực hiện kế hoạch đó, điều này cũng có thể góp phần gia tăng tầm ảnh hưởng. Các hoạt động toàn ngành có thể được thực hiện trên quy mô toàn cầu hoặc toàn khu vực để gây áp lực lên các bên cung ứng lớn hơn bất kỳ bên cung ứng riêng lẻ nào và/hoặc gây áp lực lên các bên cung ứng hoạt động tại các điểm kẹt chung trong chuỗi cung ứng ngành. Ví dụ, lĩnh vực này có thể huy động tầm ảnh hưởng để tạo áp lực lên các nhà kinh doanh hàng hóa toàn cầu nhằm giải quyết các rủi ro liên quan đến sản xuất nguyên liệu thô đầu nguồn.

3.2.4 Hỗ trợ bên cung ứng ngăn ngừa và giảm thiểu thiệt hại

Khuyến khích doanh nghiệp hỗ trợ các bên cung ứng của mình ngăn ngừa hoặc giảm thiểu tác động, nếu khả thi. Có một số hình thức hỗ trợ, ví dụ như:

- Hợp tác với các bên cung ứng để xây dựng các kế hoạch hành động khắc phục theo định hướng kết quả.
- Hỗ trợ kỹ thuật - ví dụ, dưới hình thức đào tạo, nâng cấp hệ thống quản lý, v.v ....
- Tạo điều kiện tham gia các sáng kiến toàn ngành hoặc các sáng kiến khu vực để ngăn ngừa tác động.
- Tạo điều kiện liên kết với các bên cung ứng dịch vụ địa phương.
- Tạo điều kiện tiếp cận nguồn tài chính, ví dụ, thông qua tài trợ trực tiếp, cho vay lãi suất thấp, đảm bảo tiếp tục sử dụng nguồn cung và hỗ trợ đảm bảo nguồn tài chính.

3.2.5 Chấm dứt quan hệ với bên cung ứng

Một phương án nữa là chấm dứt quan hệ một cách trách nhiệm. Doanh nghiệp có thể chấm dứt quan hệ:

- Sau những nỗ lực không thành công trong việc ngăn ngừa hoặc giảm thiểu tác động thông qua các biện pháp trên, ví dụ, khi các bên cung ứng không thực hiện hành động khắc phục trong khung thời gian đã thỏa thuận.
- Khi doanh nghiệp cho rằng việc ngăn ngừa hoặc giảm thiểu tác động là không khả thi.
- Khi doanh nghiệp đã nhận diện được thiệt hại nghiêm trọng. Ví dụ, liên quan đến rủi ro sức khỏe và an toàn nghề nghiệp, khi mối nguy hiểm tức thời và nghiêm trọng đã được nhận diện, doanh nghiệp phải đảm bảo không có hoạt động sản xuất nào diễn ra tại địa điểm sản xuất bị ảnh hưởng cho đến khi mối nguy hiểm trước mắt và nghiêm trọng đã được giải quyết thỏa đáng. Xem Mô-đun 5, Sức khỏe và an toàn nghề nghiệp.

Nếu xác định rằng cần phải chấm dứt quan hệ, doanh nghiệp nên tìm cách thực hiện điều đó một cách có trách nhiệm. Cụ thể là, doanh nghiệp nên:

- tuân thủ luật pháp quốc gia, tiêu chuẩn lao động quốc tế và các điều khoản của thỏa thuận thương lượng tập thể
- cung cấp thông tin chi tiết hỗ trợ cho quyết định kinh doanh của ban quản lý và công đoàn nếu có
- thông báo đầy đủ cho bên cung ứng về việc chấm dứt quan hệ kinh doanh.

3.2.6 Tham gia với chính phủ

Chính phủ có nhiệm vụ bảo vệ chống lại sự lạm dụng của các bên thứ ba, kể cả các doanh nghiệp kinh doanh, bằng việc ban hành quy định, hoạch định chính sách, điều tra và thực thi. Nếu chính phủ không thực hiện nghĩa vụ bảo vệ của mình và nếu chỉ làm việc với các bên cung ứng thì không thể quản lý hiệu quả hoặc bền vững các rủi ro, thì doanh nghiệp có thể sử dụng ảnh hưởng của mình với chính quyền (địa phương hoặc trung ương) để khuyến khích chính phủ thực hiện thay đổi. Ví dụ những rủi ro ngành như tiền lương không đủ để đáp ứng nhu cầu của người lao động và gia đình họ, lao động trẻ em, lao động cưỡng bức, đối xử phân biệt và căng thẳng nguồn nước và ô nhiễm là những rủi ro có thể cần đến sự tham gia của chính phủ để đảm bảo hiệu quả ngăn ngừa và giảm thiểu. Doanh nghiệp nên cân nhắc những nội dung sau khi cân nhắc có nên sử dụng ảnh hưởng của mình với chính quyền để giảm thiểu rủi ro hay không:

- Tác động bất lợi có mang tính hệ thống đối với quốc gia hoặc khu vực không?

- Tác động tiêu cực có thể được giảm thiểu bằng các quy định hoặc các biện pháp kiểm soát tốt hơn của chính phủ không?
- Các tiêu chuẩn quốc tế (VD các Công ước cơ bản hoặc các Công ước khác của ILO) liên quan đến rủi ro đã được phê chuẩn chưa?
- Chính phủ có thể hiện quyết tâm chính trị để thiết lập các biện pháp kiểm soát đối với tác động bất lợi đó không?
- Một mình doanh nghiệp, doanh nghiệp cùng với các doanh nghiệp khác và các bên liên quan có thể ảnh hưởng tới chính phủ không?
- Chính phủ có tham gia vào bất kỳ sáng kiến hoặc diễn đàn liên quan nào (VD liên chính phủ hoặc đa bên) có nêu lên vấn đề này và các vấn đề có thể được giải quyết không?

Có một số biện pháp để huy động sự tham gia của chính phủ, chẳng hạn gửi thư ngỏ cho chính phủ, chia sẻ thông tin, tham gia vào các sáng kiến đa bên, tham gia đối thoại, v.v. Việc huy động sự tham gia của chính phủ thường mất nhiều thời gian trước khi doanh nghiệp nhận thấy kết quả hữu hình, chẳng hạn phải sửa đổi quy định hoặc tăng cường thực thi quy định. Mặc dù vậy, người ta vẫn kỳ vọng các doanh nghiệp sẽ giải trình về cách thức mình ngăn ngừa tác động. Trong hầu hết trường hợp, điều này có nghĩa là thực hiện các bước để ngăn ngừa hoặc giảm thiểu tác hại trong thời gian trung hạn - ví dụ, phối hợp với các bên cung ứng của doanh nghiệp - cho đến khi chính phủ đảm nhận trách nhiệm của mình. Tuy nhiên, trong trường hợp thiệt hại nghiêm trọng, doanh nghiệp nên tạm ngừng tìm nguồn cung ứng cho đến khi có thể ngăn chặn được tác hại.

Bảng 7. Các yếu tố có thể ảnh hưởng tới bản chất và mức độ thẩm định liên quan tới việc ngăn ngừa và giảm thiểu thiệt hại trong chuỗi cung ứng của doanh nghiệp

Bối cảnh	Khuyến nghị
Các doanh nghiệp nhỏ và vừa (SMEs)	Giống như mọi doanh nghiệp, các SME cũng phải có trách nhiệm tiến hành thẩm định. Tuy nhiên, khác với các doanh nghiệp lớn hơn, các SME có thể không có nhiều nguồn lực để hỗ trợ các bên cung ứng của họ thực hiện CAP và có thể không có ảnh hưởng đối với các bên cung ứng. Tuy nhiên, có thể có nhiều khả năng mở ra cho các SME. Ví dụ, một doanh nghiệp vừa và nhỏ có thể tập trung chính xây dựng một quy trình sơ tuyển mạnh mẽ các bên cung ứng, để có thể tiết kiệm được nguồn lực cho việc ngăn ngừa tác động sau khi đã tiếp xúc với bên cung ứng. Theo thời gian, SME cũng có thể chọn cách hợp nhất một số lượng các bên cung ứng mà họ đã tiếp xúc.
Tìm nguồn cung gián tiếp	Xem Hộp 5 để có thông tin về việc tiếp xúc với các bên trung gian.
Khả năng ảnh hưởng	Khả năng ảnh hưởng của một doanh nghiệp đối với các nhà cung cấp của mình sẽ ảnh hưởng tới cách tiếp cận của doanh nghiệp. Xem Hộp 6.
Tác động nghiêm trọng	Tác động bất lợi càng nghiêm trọng, doanh nghiệp càng cần nhanh chóng nhận thấy sự thay đổi trước khi ra quyết định có nên chấm dứt mối quan hệ hay không. (Các Nguyên tắc Hướng dẫn của LHQ, Nguyên tắc hướng dẫn 19, Bình luận).

Năng lực thực hiện Kế hoạch Hành động Khắc phục (CAP) của bên cung ứng	Doanh nghiệp và bên cung ứng nên cân nhắc các chi phí và nguồn lực cần thiết để ngăn chặn hoặc giảm thiểu các tác hại trong tương lai một cách hiệu quả. Trong trường hợp bên cung ứng không có đủ nguồn lực để ngăn ngừa hoặc giảm thiểu thỏa đáng các tác hại đó, doanh nghiệp cần cân nhắc vấn đề đóng góp tài chính. Nếu không có kinh phí, doanh nghiệp nên xem xét mức độ nghiêm trọng của tác hại và cân nhắc việc có nên tiếp tục mối quan hệ. Tuy nhiên, chừng nào tác động bất lợi vẫn tiếp diễn và doanh nghiệp vẫn duy trì quan hệ kinh doanh đó, thì doanh nghiệp phải thể hiện được việc không ngừng nỗ lực để giảm thiểu tác động và phải sẵn sàng chấp nhận bất kỳ hậu quả nào – kể cả về uy tín, tài chính hoặc pháp lý - của việc tiếp tục duy trì quan hệ đó.

Hộp 6. Bản chất của thẩm định nhìn từ góc độ khả năng ảnh hưởng

Mọi doanh nghiệp đều có trách nhiệm thẩm định, bất kể mọi mức độ ảnh hưởng của họ với các bên cung ứng. Tuy nhiên, các bước cụ thể mà một doanh nghiệp có thể tiến hành để thực hiện thẩm định có thể khác nhau tùy theo khả năng ảnh hưởng của doanh nghiệp.

Tầm ảnh hưởng của doanh nghiệp với bên cung ứng

	Cao	**Trung bình**	**Thấp – không có**
Ví dụ	Doanh nghiệp: • có quyền kiểm soát trực tiếp mối quan hệ kinh doanh (VD sở hữu một phần) • có mối quan hệ kinh doanh lâu dài với bên cung ứng • đại diện cho một phần kinh doanh đáng kể của bên cung ứng	Doanh nghiệp: • không có hợp đồng trực tiếp với bên cung ứng • có quan hệ kinh doanh ngắn hạn với bên cung ứng • không đại diện cho một phần kinh doanh đáng kể của bên cung ứng	Bên cung ứng bị loại khỏi các hoạt động của doanh nghiệp (VD các bên cung ứng hoạt động ngoài phạm vi cấp 2)
Thẩm định	**Ngăn ngừa & Giảm thiểu** Doanh nghiệp có thể: • Đưa các kỳ vọng về RBC vào nội dung hợp đồng • Sử dụng ảnh hưởng của mình với các mối quan hệ kinh doanh để ngăn ngừa & giảm thiểu tác động bất lợi; • Hỗ trợ đào tạo, nâng cao năng lực và tăng cường các hệ thống quản lý cho phù hợp.	**Ngăn ngừa & Giảm thiểu** Doanh nghiệp có thể: • Tăng cường ảnh hưởng với các bên cung ứng và các mối quan hệ kinh doanh khác • Trong trường hợp tìm nguồn cung ứng gián tiếp, đưa các kỳ vọng thẩm định vào các hợp đồng ký với các bên cung ứng trực tiếp (VD bên trung gian). Đảm bảo các bên trung gian phải tiến hành thẩm định.	**Ngăn ngừa & Giảm thiểu** Doanh nghiệp có thể: • Sử dụng ảnh hưởng đối với các điểm kẹt trong chuỗi cung ứng để khuyến khích họ thực hiện thẩm định các nhà cung ứng thượng nguồn. • Thiết lập khả năng truy xuất nguồn gốc; • Liên tục phấn đấu để cải thiện và ghi nhận sự tiến bộ. • Cân nhắc việc chấm dứt quan hệ

• Sử dụng ảnh hưởng đối với chính phủ khi cần thiết để giải quyết các rủi ro hệ thống • Tham gia các thỏa thuận đối tác để ngăn ngừa và giảm thiểu hiệu quả các tác động bất lợi ở cấp ngành • Liên tục phấn đấu để cải thiện và ghi nhận sự tiến bộ	• Hỗ trợ đào tạo, nâng cao năng lực, nâng cấp cơ sở vật chất và tăng cường các hệ thống quản lý cho phù hợp. • Trong trường hợp chưa đủ tầm ảnh hưởng, tham gia các quan hệ đối tác tham gia các thỏa thuận đối tác để ngăn ngừa và giảm thiểu hiệu quả các tác động bất lợi • Sử dụng ảnh hưởng đối với chính phủ khi cần thiết để giải quyết các rủi ro hệ thống • Liên tục phấn đấu để cải thiện và ghi nhận sự tiến bộ. • Cân nhắc chấm dứt quan hệ	

4. THEO DÕI

Các kỳ vọng trong Bộ Hướng dẫn của OECD
Bộ Hướng dẫn của OECD kêu gọi các doanh nghiệp giải trình về cách thức giải quyết các tác động (Bộ Hướng dẫn của OECD, II, A10). Giải trình về tác động có nghĩa là đảm bảo các biện pháp được thực hiện hiệu quả và thông tin về các bước mà doanh nghiệp đã thực hiện cũng như lý do tại sao.

4.1 Xác minh, theo dõi và xác nhận tiến độ thẩm định và hiệu quả thẩm định trong hoạt động của chính doanh nghiệp

Trong chừng mực có thể và hợp lý, doanh nghiệp nên tìm cách đảm bảo rằng các hành động mà doanh nghiệp đã hoặc đang thực hiện đang có tác dụng ngăn ngừa và giảm thiểu thiệt hại trong hoạt động của chính doanh nghiệp[22]. 22

Doanh nghiệp nên:

- Xác minh trong nội bộ rằng doanh nghiệp đã thực hiện các hành động đã cam kết (ví dụ, như được nêu trong kế hoạch hành động khắc phục) trong thời hạn thỏa thuận.
- Giám sát các chỉ số định tính và/hoặc định lượng để theo dõi tiến độ thực hiện các mục tiêu.
  - Các chỉ số này có thể trực tiếp (VD: tỷ lệ lao động nhập cư bị tịch thu hộ chiếu; lượng nước tiêu thụ; số giờ làm việc) hoặc gián tiếp (VD: tỷ lệ lao động nhập cư hiểu được quyền của họ).

> **CÁC THUẬT NGỮ QUAN TRỌNG**
>
> **Xác minh** – Khẳng định rằng các yêu cầu đã được thực hiện. "Yêu cầu" có thể là các hành động đã được thỏa thuận trong một kế hoạch hành động khắc phục và/hoặc có thể là các quy định của pháp luật
>
> > Ví dụ, một thanh tra công trình có thể xác minh về việc các lối thoát hiểm trong trường hợp cháy nổ phù hợp với các bộ quy tắc an toàn cháy nổ.
>
> **Giám sát** – Việc liên tục theo dõi tình hình thực tế liên quan đến các rủi ro cụ thể và đo lường và theo dõi các chỉ số thành công. Các chỉ số có thể trực tiếp hoặc gián tiếp. Nhìn chung, việc giám sát thường đưa ra một bức tranh tổng thể về tình hình ở cơ sở toàn diện hơn so với việc đánh giá một lần.
>
> > Ví dụ, một nhà máy có thể theo dõi số giờ làm việc của công nhân trong bộ phận may và hoàn thiện thành phẩm trong các giai đoạn cao điểm.
>
> **Xác nhận** - Xác định xem các biện pháp đã thực hiện có thực sự hiệu quả trong việc ngăn ngừa các tác động hay không. Xác minh và giám sát nguồn cấp dữ liệu sử dụng để tiến hành xác nhận. Ví dụ, một doanh nghiệp tìm cách xác nhận rằng hoạt động đào tạo nhân viên đang có tác dụng ngăn ngừa hành vi quấy rối tình dục về lâu dài.

  - Mặc dù yếu tố đầu ra, ví dụ như số lượng người được đào tạo, có thể là chỉ số đơn giản nhất để giám sát, song khuyến khích doanh nghiệp giám sát cả: trình độ kiến thức của người lao động (VD cán bộ nhân sự biết cách tính lương), thái độ (VD người lao động

[22] Rủi ro càng nghiêm trọng, doanh nghiệp sẽ cần đảm bảo ở mức độ càng lớn về việc các tác động đang hay đã được ngăn ngừa

cảm thấy cơ chế khiếu nại là hợp pháp và dễ tiếp cận), điều kiện làm việc (VD có nước uống) và việc thực hiện các hệ thống (VD chính sách, sơ tuyển nhà cung cấp), để có được bức tranh đầy đủ hơn về việc liệu các tác hại có thực sự được ngăn chặn.

– Khuyến khích doanh nghiệp theo dõi các dấu hiệu báo động đỏ có thể cho thấy khả năng xảy ra tác động cao hơn (VD thay đổi đơn hàng trong mùa cao điểm).

– Người lao động nên đóng một vai trò không thể thiếu trong việc giám sát tiến độ thực hiện các mục tiêu. Điều này đặc biệt đúng đối với các tác động về quyền con người và lao động, nhưng trong nhiều trường hợp cũng phù hợp với các tác động về môi trường và rủi ro liên quan tới tính liêm chính.

- Dựa trên tất cả các thông tin đã biết, kể cả dữ liệu từ quá trình giám sát liên tục, đánh giá định kỳ nội bộ, các vấn đề phát sinh qua cơ chế khiếu nại, v.v ...., để xác nhận doanh nghiệp đang thực hiện các bước có thể ngăn ngừa và giảm thiểu tác động[23].

Doanh nghiệp có thể thực hiện tất cả các nội dung trên trong nội bộ. Tuy nhiên, khuyến khích doanh nghiệp tìm kiếm sự hỗ trợ từ bên ngoài để xác nhận rằng các tác động đã được ngăn chặn khi:

- tác động có thể gây ra tác hại nghiêm trọng nếu không được ngăn ngừa thỏa đáng, (VD xử lý và tiêu hủy hóa chất độc hại, an toàn cháy nổ, an toàn điện, tính toàn vẹn của kết cấu tòa nhà, v.v ....)
- các biện pháp phòng ngừa đòi hỏi phải có những người có trình độ chuyên môn kỹ thuật mà doanh nghiệp không có sẵn.

Doanh nghiệp có thể chọn công khai về tiến độ thực hiện các kế hoạch hành động khắc phục của mình.

Ngoài những điều trên, khuyến khích doanh nghiệp giám sát hiệu quả của các quy trình tạo thuận lợi cho việc khắc phục (VD cơ chế khiếu nại cấp hoạt động). Xem phần 6 để biết thêm thông tin về các quy trình cho phép khắc phục.

Phản ứng với các phát hiện tiêu cực

Trong trường hợp các tác động có hại chưa được ngăn ngừa hoặc giảm thiểu một cách hiệu quả, doanh nghiệp nên tìm hiểu tại sao như vậy. Có một số lý do giải thích tại sao các thiệt hại chưa được ngăn ngừa hoặc giảm thiểu một cách hiệu quả, lý do có thể là bản thân các biện pháp ngăn ngừa được thực hiện là không hiệu quả, không đủ thời gian để xem xét tiến độ hoặc nguồn lực thực hiện kế hoạch hành động khắc phục không được phân bổ thỏa đáng. Doanh nghiệp nên cập nhật và thực hiện kế hoạch hành động khắc phục của mình. Nếu không thể xác định được lý do, doanh nghiệp nên nhờ sự hỗ trợ từ bên ngoài.

4.2 Xác minh, theo dõi và xác nhận tiến độ thẩm định và hiệu quả thẩm định trong chuỗi cung ứng của doanh nghiệp

Doanh nghiệp nên giám sát và đánh giá tiến độ thực hiện của mình cũng như của các nhà cung ứng. Doanh nghiệp cũng nên đánh giá xem các biện pháp mà mình thực hiện có hiệu quả trong việc ngăn ngừa hoặc giảm thiểu tác hại hay không.

Mệt mỏi vì kiểm toán là một thách thức trong lĩnh vực may mặc và giày dép. Trong khi đó, cần phải có một số hình thức nhất định để giúp doanh nghiệp xác nhận và tin rằng mình đang ngăn ngừa được những thiệt hại trong chuỗi cung ứng của doanh nghiệp. Do đó, doanh nghiệp nên tìm cách cân bằng giữa việc đánh giá nhà cung cấp và hỗ trợ giám sát liên tục. Nguyên tắc chung là tác động càng nghiêm trọng thì mức độ đảm bảo mà doanh nghiệp cần càng lớn để xác nhận những tác động đó đã hoặc đang được ngăn ngừa. Tiếp đây là những nội dung hướng dẫn cấp cao về mức độ đảm bảo được áp dụng trong các ngữ cảnh khác nhau - xác minh, giám sát hoặc xác nhận.

[23] Tham khảo Nguyên tắc Hướng dẫn của Liên hiệp quốc số 20.

- Thời gian xác minh, giám sát hoặc xác nhận phải phù hợp với mức độ nghiêm trọng và tính chất của thiệt hại. Doanh nghiệp cũng nên cân nhắc khoảng thời gian cần thiết để thực hiện các kế hoạch hành động khắc phục.
- Theo phần (5.1) ở trên, trong trường hợp có tồn tại các tiêu chuẩn quốc tế hoặc trong nước về phương thức ngăn ngừa hoặc giảm thiểu tác hại, thì chỉ cần xác minh rằng các tiêu chuẩn đó đang được tuân thủ là đủ để giả định rằng tác hại đã được ngăn chặn[24].
- Bất cứ khi nào có thể, doanh nghiệp nên theo dõi các chỉ số - trực tiếp hoặc gián tiếp - theo thời gian để xác nhận rằng các tác động đã hoặc đang được ngăn ngừa. Trường hợp nguy cơ thiệt hại ảnh hưởng đến nhiều lĩnh vực ở một địa bàn cụ thể, khuyến khích các doanh nghiệp trong các lĩnh vực phối hợp và cộng tác với nhau để hài hòa các chỉ số theo dõi. Việc chia sẻ dữ liệu sẽ cung cấp cho các bên đang hoạt động ở cùng địa bàn một bức tranh đầy đủ hơn và từ đó cho phép doanh nghiệp xác định tốt hơn các mục tiêu mà biện pháp phòng ngừa của mình hướng tới.
- Người lao động hoặc đại diện của họ nên tham gia giám sát liên tục. Điều này đặc biệt liên quan đến các tác động về lao động và quyền con người nhưng cũng liên quan đến các rủi ro về môi trường và tính liêm chính.
- Nếu việc giám sát cho thấy các tác động chưa được giải quyết, khuyến khích doanh nghiệp xác minh rõ về việc các hành động đã được thực hiện ngay từ đầu.
- Như phần (5.1) ở trên, khuyến khích doanh nghiệp tiếp xúc với các chuyên gia độc lập để xác minh rằng các biện pháp trong kế hoạch hành động khắc phục đã được áp dụng hoặc để xác nhận rằng các tác hại đã được ngăn chặn khi:
    - tác động có thể gây ra tác hại nghiêm trọng nếu không được ngăn ngừa thỏa đáng, (VD xử lý và tiêu hủy hóa chất độc hại, an toàn cháy nổ, an toàn điện, tính toàn vẹn của kết cấu tòa nhà, v.v ....)
    - các biện pháp phòng ngừa đòi hỏi phải có những người có trình độ chuyên môn kỹ thuật mà doanh nghiệp không có sẵn.
- Nếu doanh nghiệp dựa vào các nhà cung ứng ở giữa chuỗi cung ứng hoạt động tại các điểm tắc kẹt để tiến hành thẩm định các rủi ro gây tổn hại nghiêm trọng ở thượng nguồn, khuyến khích doanh nghiệp dựa vào Hướng dẫn này để kiểm toán các các hoạt động thẩm định của các nhà cung ứng giữa chuỗi. Khuyến khích doanh nghiệp hợp tác trong ngành liên quan tới các điểm kiểm soát kiểm toán.

Hợp tác

Khuyến khích các doanh nghiệp cộng tác và hỗ trợ nhau công nhận kết quả xác minh, giám sát và xác nhận, với điều kiện là các đánh giá được thực hiện theo các tiêu chuẩn cao. Tương tự như vậy, khuyến khích các doanh nghiệp cộng tác với nhau trong chừng mực khả thi để xác minh, giám sát và xác nhận các nhà cung ứng khi họ cùng tìm nguồn cung từ một địa bàn và cơ sở nhà cung cấp.

Trong trường hợp cộng tác để tiến hành thẩm định (ví dụ, thông qua hiệp hội ngành hoặc sáng kiến đa bên), sáng kiến cộng tác đó phải đảm bảo rằng quy trình và kết quả thẩm định phải được xem xét trên cơ sở Hướng dẫn này.

[24] Xem Phần II các Mô-đun về rủi ro ngành để lựa chọn các tiêu chuẩn quốc tế.

Các yếu tố có thể ảnh hưởng tới bản chất thẩm định

Bối cảnh – Nhiều bên cung ứng rủi ro cao

Khuyến nghị – Trong trường hợp nhận thấy rủi ro đối với một số lượng lớn các bên cung ứng (trong quá trình đánh giá bên cung ứng), doanh nghiệp nên ưu tiên cam kết theo dõi các bên cung ứng có nguy cơ gây tác động nghiêm trọng nhất – cho dù bằng cách xác minh, giám sát hay xác nhận.

5. THÔNG TIN

Các kỳ vọng trong Bộ Hướng dẫn của OECD

Bên cạnh các khuyến nghị chung của phần này, doanh nghiệp nên áp dụng các khuyến nghị cụ thể về công bố thông tin và thông tin nói chung theo từng chương trong Bộ Hướng dẫn của OECD.

Khuyến khích doanh nghiệp công bố các thông tin khác nữa gồm:

a. các tuyên bố về giá trị hoặc các tuyên bố về hành vi kinh doanh nhằm mục đích công khai cho công chúng, bao gồm thông tin về các chính sách của doanh nghiệp liên quan đến các vấn đề được đề cập trong Bộ hướng dẫn, tùy thuộc vào mức độ phù hợp của thông tin đó đối với các hoạt động của doanh nghiệp;

b. các chính sách và các quy tắc ứng xử khác mà doanh nghiệp đăng ký, ngày thông qua và các quốc gia và tổ chức áp dụng các tuyên bố đó;

c. kết quả thực hiện các tuyên bố và quy tắc ứng xử đó của doanh nghiệp;

d. thông tin về các hệ thống kiểm toán, quản lý rủi ro và tuân thủ pháp luật trong nội bộ doanh nghiệp;

e. thông tin về mối quan hệ với người lao động và các bên liên quan khác.

Khuyến nghị doanh nghiệp "thực hiện thẩm định rủi ro về quyền con người". Quá trình này bao gồm đánh giá các tác động thực tế và tiềm năng về quyền con người, lồng ghép và hành động dựa trên các phát hiện, theo dõi phản ứng cũng như thông tin về cách giải quyết tác động."

Nguồn: Bộ Hướng dẫn của OECD, III, 3 và IV, 45.

5.1 Thông tin công khai về các quy trình thẩm định của doanh nghiệp, kể cả cách thức doanh nghiệp đã áp dụng để xử lý các thiệt hại thực tế và tiềm ẩn

Nội Dung

Doanh nghiệp nên công khai những thông tin sau[25]:

- Chính sách hoặc các chính sách RBC của doanh nghiệp. Doanh nghiệp cũng nên thông tin thêm về các tuyên bố giá trị mà mình đã đưa ra (VD thông qua việc tham gia vào các sáng kiến ngành, thỏa thuận với công đoàn hoặc các sáng kiến đa bên).
- Các hệ thống quản lý thẩm định của doanh nghiệp, bao gồm cả cách lồng ghép thẩm định vào các quy trình ra quyết định và hệ thống quản lý thông tin để hỗ trợ thẩm định.
- Nguy cơ thiệt hại đáng kể nhất trong hoạt động của chính doanh nghiệp và trong chuỗi cung ứng của doanh nghiệp. Doanh nghiệp cũng cần giải thích các quy trình hiện có của mình để đánh giá những rủi ro đó. Trường hợp đã ưu tiên một số nguy cơ thiệt hại cần chú ý tức thì, doanh nghiệp cũng nên giải thích lý do tại sao mình lại xác lập thứ tự ưu tiên đó.

[25] Các doanh nghiệp nên trao đổi với nhau về vấn đề bảo mật thương mại và các mối quan tâm cạnh tranh khác. Xem Hộp 1 để biết thêm thông tin.

- Các cấu phần trong kế hoạch của doanh nghiệp để ngăn ngừa hoặc giảm thiểu tác hại trong hoạt động và trong chuỗi cung ứng của doanh nghiệp và tính hiệu quả của các biện pháp đó[26].
- Nếu có thể, ý định tham vấn chính sách của doanh nghiệp cũng như kết quả.
- Các hệ thống của doanh nghiệp nhằm tạo điều kiện tiếp cận các biện pháp khắc phục trong quá trình hoạt động và chuỗi cung ứng của doanh nghiệp. Doanh nghiệp cũng có thể chọn cung cấp thông tin về những vụ kiện mà doanh nghiệp phải đối mặt và kết quả giải quyết.
- Cách thức để doanh nghiệp tham gia có ý nghĩa với các bên liên quan.
- Nếu doanh nghiệp đang tiếp xúc với một sáng kiến ngành hoặc sáng kiến đa bên nhằm phối hợp thẩm định và các hợp phần cụ thể mà doanh nghiệp đang cộng tác (VD cộng tác về xác định rủi ro, đánh giá bên cung ứng, v.v...).

Doanh nghiệp nên công khai thông tin ít nhất là định kỳ hàng năm. Việc thông tin có thể được thực hiện dưới một số hình thức. Tuy nhiên, trong mọi trường hợp, thông tin cần được duy trì và truyền đạt theo cách thức có liên quan, chính xác, cập nhật, rõ ràng và thân thiện với người dùng và cho phép người dùng đích có thể truy cập thông tin. Khuyến khích doanh nghiệp sử dụng ngôn ngữ đơn giản cho mục đích cung cấp thông tin.

Càng ngày, các doanh nghiệp - đặc biệt là những doanh nghiệp tham gia vào các sáng kiến hợp tác – càng có xu hướng chọn công bố:

- danh sách các nhà cung ứng trực tiếp của họ
- các phát hiện đánh giá các nhà cung cấp của họ
- các kế hoạch hành động khắc phục của các nhà cung cấp
- những khiếu nại mà họ là đối tượng và cách giải quyết những khiếu nại đó.

Các quy định của pháp luật về tiết lộ thông tin phi tài chính

Doanh nghiệp cũng có thể phải đáp ứng các nghĩa vụ công khai thông tin phi tài chính theo quy định của pháp luật. Ví dụ, các quy định của pháp luật về báo cáo RBC ngày càng phổ biến (VD Chỉ thị của EU 2014/95/EU về Báo cáo phi tài chính; Đạo luật về nô lệ hiện đại của Vương quốc Anh 2016; Điều 173 của Luật Chuyển đổi năng lượng và Tăng trưởng xanh của Pháp).

Các trường hợp không tiết lộ

Có thể có những lý do chính đáng để không tiết lộ thông tin, đặc biệt là rủi ro tiềm ẩn đối với các bên liên quan hoặc nhân viên bị ảnh hưởng (kể cả các rủi ro phát sinh từ việc tiết lộ thông tin cá nhân). Trong một số trường hợp, khi không nên thông tin ngay lập tức, doanh nghiệp có thể thông tin sau một khoảng thời gian, ví dụ sau khi khiếu nại hoặc rủi ro đã được giải quyết.

Bảo mật thông tin thương mại cũng có thể là một lý do để không tiết lộ thông tin. Xem Hộp 1 để biết thêm thông tin. Trong trường hợp thấy khó có thể chia sẻ thông tin, doanh nghiệp có thể đảm bảo bằng các phương pháp khác, chẳng hạn như mời một bên thứ ba độc lập xem xét các quy trình thẩm định của doanh nghiệp và thông tin về các phát hiện của mình một cách công khai hoặc cho một sáng kiến hợp tác có liên quan.

5.2 Thông tin với các bên có lợi ích liên quan bị ảnh hưởng

Liên quan đến tác động đến quyền con người, Nguyên tắc Hướng dẫn của Liên hợp quốc nêu rõ, "để giải thích cách thức giải quyết các tác động đến quyền con người, doanh nghiệp kinh doanh nên chuẩn bị để thông tin về điều này ra bên ngoài, đặc biệt khi có quan ngại được đưa ra bởi hoặc thay mặt cho các bên có lợi ích liên quan bị ảnh hưởng. Các doanh nghiệp kinh doanh có hoạt động trong bối cảnh tiềm ẩn nguy cơ tác động nghiêm trọng đến quyền con người nên báo cáo chính thức về cách thức mà mình giải quyết tác động của mình. Trong mọi trường hợp, việc thông tin phải đáp ứng các tiêu chí sau:

[26] Hiệu quả thẩm định được đo lường bằng mức độ ngăn chặn và giảm thiểu tác động thực tế và tiềm ẩn trong hoạt động của doanh nghiệp và trong chuỗi cung ứng của doanh nghiệp.

- hình thức thông tin và tần suất thông tin phải thể hiện được tác động tới quyền con người mà doanh nghiệp gây ra, thông tin phải có khả năng tiếp cận tới mọi đối tượng dự kiến;
- thông tin phải đủ để đánh giá được mức độ thỏa đáng của các biện pháp ứng phó mà doanh nghiệp áp dụng nhằm giải quyết tác động tới quyền con người đã nêu;
- thông tin không được gây rủi ro tới các bên có lợi ích liên quan bị ảnh hưởng, tới nhân sự hoặc các yêu cầu pháp lý về tính bảo mật thương mại."[27]

Đối với các quyền lao động, doanh nghiệp nên thông tin với người lao động và các tổ chức công đoàn và các tổ chức đại diện do chính người lao động lựa chọn. Doanh nghiệp nên tiếp xúc với các bên liên quan để hiểu đâu là những thông tin họ cho là quan trọng.

Các yếu tố có thể ảnh hưởng tới bản chất và mức độ thẩm định

Mọi doanh nghiệp bất kể quy mô, bối cảnh sử dụng nguồn cung ứng, hoặc vị trí trong chuỗi cung ứng, cần thông tin về các hoạt động thẩm định của họ. Tuy nhiên, mức độ và bản chất thông tin của doanh nghiệp sẽ tương xứng với nguy cơ thiệt hại trong chính hoạt động của doanh nghiệp cũng như trong chuỗi cung ứng của nó. Ví dụ, một doanh nghiệp sử dụng nguồn cung ứng ở những quốc gia có nguy cơ cao hơn về thiệt hại nghiêm trọng đối với quyền con người thì phạm vi thông tin của doanh nghiệp đó sẽ rộng hơn so với những doanh nghiệp không sử dụng nguồn cung ứng ở các địa bàn đó.

6. CHỦ ĐỘNG HOẶC HỢP TÁC KHẮC PHỤC KHI PHÙ HỢP

Các kỳ vọng trong Bộ Hướng dẫn của OECD

Như đã nêu rõ trong Hướng dẫn này, mục đích cơ bản của việc tiến hành thẩm định là để tránh tổn hại. Tuy nhiên, các doanh nghiệp nên "chủ động hoặc hợp tác thông qua các quy trình hợp pháp để khắc phục các tác động bất lợi về quyền con người mà họ nhận diện là đã gây ra hoặc góp phần vào những tác động này." (Bộ Hướng dẫn của OECD.IV.A6.)

Mặc dù một số tình huống đòi hỏi phải có sự hợp tác với các cơ chế tư pháp hoặc phi tư pháp của Nhà nước, các khái niệm trong phần này nên được sử dụng với tinh thần thúc đẩy hành vi kinh doanh có trách nhiệm năm ngoài phạm vi các nghĩa vụ pháp lý[28].

6.1 Thiết lập các quy trình tạo điều kiện cho việc khắc phục thiệt hại trong chính hoạt động của doanh nghiệp

Bộ Hướng dẫn của OECD nêu rõ các doanh nghiệp cần có các quy trình để tạo điều kiện cho việc khắc phục các tác động đối với quyền con người. Doanh nghiệp cũng nên có quy trình khắc phục các tác động đối với môi trường và lao động. Một phương tiện hữu hiệu khác để có được các quy trình này là các cơ chế khiếu nại ở cấp hoạt động với điều kiện đáp ứng các tiêu chí cốt lõi về tính hợp pháp, khả năng tiếp cận, khả năng dự đoán, tính công bằng, tương thích với Bộ Hướng dẫn của OECD và minh bạch hóa[29].

[27] Xem Nguyên tắc Hướng dẫn của Liên hiệp quốc số 21.

[28] Bộ hướng dẫn của OECD và các Nguyên tắc Hướng dẫn của LHQ đều không nhằm tạo ra các khái niệm của luật về vấn đề trách nhiệm pháp lý, kể cả đối với các doanh nghiệp. Tòa án trong nước sẽ sử dụng khái niệm cũng như các phép thử riêng của mình để xác định trách nhiệm về thiệt hại và biện pháp khắc phục phù hợp.

[29] Bộ Hướng dẫn của OECD, IV, 46

Hộp 7. Vai trò của Nhà nước trong việc đảm bảo tiếp cận các biện pháp khắc phục hiệu quả

Là một phần của Nghĩa vụ vảo vệ nhằm chống lại việc lạm dụng quyền con người liên quan đến kinh doanh, các Quốc gia phải thực hiện các bước thích hợp, thông qua các biện pháp hành chính tư pháp, lập pháp hoặc các biện pháp phù hợp khác, để đảm bảo rằng khi những hành vi lạm dụng đó xảy ra trên lãnh thổ và quyền tài phán của mình, thì những người bị ảnh hưởng có thể tiếp cận hiệu quả các biện pháp nói trên.[1] Tuy nhiên, nếu doanh nghiệp chọn hoạt động ở những quốc gia mà Nhà nước không thực hiện Nghĩa vụ Bảo vệ của mình, thì điều này không đồng nghĩa với việc miễn trừ trách nhiệm đưa ra biện pháp khắc phục của doanh nghiệp.

1. Bộ hướng dẫn của OECD và các Nguyên tắc Hướng dẫn của LHQ đều không nhằm tạo ra các khái niệm của luật về vấn đề trách nhiệm pháp lý, kể cả đối với các doanh nghiệp. Tòa án trong nước sẽ sử dụng khái niệm cũng như các phép thử riêng của mình để xác định trách nhiệm về thiệt hại và biện pháp khắc phục phù hợp.

Các cơ chế khiếu nại ở cấp hoạt động

Cơ chế khiếu nại ở cấp hoạt động là một kênh được chính thức hóa để qua đó các cá nhân hoặc nhóm đối tượng có thể nêu lên những lo ngại về tác động mà doanh nghiệp gây ra đối với họ - bao gồm, nhưng không giới hạn các quyền con người, và qua đó họ có thể tìm kiếm biện pháp khắc phục. Cơ chế khiếu nại cấp hoạt động là các cơ chế ở cấp công ty hoặc địa điểm, vì thế đây là các kênh đầu tiên mà người lao động hoặc thành viên cộng đồng sử dụng để trình bày quan ngại. Ngoài việc cung cấp quy trình tìm kiếm biện pháp khắc phục cho người lao động và các thành viên cộng đồng trong trường hợp họ bị tổn hại, thì các cơ chế khiếu nại cấp hoạt động còn vận hành như một hệ thống cảnh báo sớm để đưa ra các quan ngại và do đó có thể ngăn chặn sự leo thang của vấn đề.

Cơ chế khiếu nại cấp hoạt động có thể tồn tại dưới nhiều hình thức, ví dụ như cơ chế khiếu nại nội bộ cho người lao động, các hệ thống khiếu nại về quan hệ lao động và của bên thứ ba, v.v. Trong mọi trường hợp, các cơ chế đó phải đáp ứng các tiêu chí cốt lõi về tính hợp pháp, khả năng tiếp cận, khả năng dự đoán, tính công bằng, tương thích với Bộ Hướng dẫn của OECD, tính minh bạch và dựa trên đối thoại nhằm tìm kiếm các giải pháp đã được thỏa thuận[30]. Bảng 8 trình bày ví dụ về cách đáp ứng các tiêu chí này trong lĩnh vực vực may mặc và giày dép; tuy nhiên, các yếu tố như đối tượng của cơ chế và bối cảnh có thể ảnh hưởng đến các quy trình thực hiện cụ thể và do đó các ví dụ này không mang tính chất quy định cũng như thể coi là đầy đủ.

Doanh nghiệp nên tạo điều kiện nhưng không can thiệp vào quá trình điều tra dân sự hoặc hình sự hoặc thanh tra về quyền con người và trong bối cảnh cơ chế khiếu nại của doanh nghiệp, không nên sử dụng quyền khước từ pháp lý có thể ngăn cản quyền tiếp cận các biện pháp tư pháp của các nạn nhân trong những hành vi vi phạm nghiêm trọng quyền con người. Khuyến khích các doanh nghiệp công bố các khiếu nại và đưa các bài học kinh nghiệm rút ra vào trong các hệ thống giám sát và chính sách. Khuyến khích doanh nghiệp tham khảo rất nhiều tài liệu hướng dẫn hiện có về việc thiết lập các cơ chế khiếu nại cấp hoạt động phù hợp với Bộ Hướng dẫn của OECD và Nguyên tắc Hướng dẫn của Liên hợp quốc.

[30] Bộ Hướng dẫn của OECD, IV, Bình luận 46

Bảng 8.

Các tiêu chí cốt lõi của cơ chế khiếu nại cấp hoạt động và ví dụ về các hợp phần

Tiêu chí	Ví dụ về các hợp phần
Hợp pháp Tạo điều kiện gây dựng niềm tin của các nhóm bên có lợi ích liên quan là đối tượng sử dụng dự kiến và là những người chịu trách nhiệm về sự công bằng của các quy trình khiếu nại	• Ngăn chặn việc trả đũa người khiếu nại thông qua việc đảm bảo họ không bị trả thù. • Các bên liên quan bị ảnh hưởng được tham gia thiết kế cơ chế này. Trong lĩnh vực may mặc và giày dép, điều này thường có nghĩa là người lao động và công đoàn và các tổ chức đại diện do chính người lao động lựa chọn được tham gia thiết kế cơ chế. • Cá nhân đóng vai trò là điểm tiếp nhận của cơ chế khiếu nại là người đáng tin cậy, được đào tạo, hiểu biết và dễ tiếp cận cho dù giới tính, tôn giáo, v.v ... của người khiếu nại là gì. *Điều này đặc biệt quan trọng trong lĩnh vực may mặc và giày dép trong đó 85% lao động là nữ và lao động nhập cư quốc tế và trong nước chiếm một tỷ lệ đáng kể người lao động trong nhiều bối cảnh. Người lao động nhập cư đặc biệt dễ bị đe dọa và bị trả thù.* • Cơ chế này có thể cho phép người khiếu nại ẩn danh, ví dụ bằng cách thông qua đại diện hợp pháp. *Điều này đặc biệt cần thiết trong lĩnh vực may mặc và giày dép khi mà nạn nhân có thể sợ bị trả thù (ví dụ các trường hợp quấy rối tình dục).* • Cơ chế này áp dụng hình thức chuyển cấp nhất định (tức là khi người khiếu nại không hài lòng). Phù hợp nhất sẽ là chuyển khiếu nại sang các cơ chế địa phương, nếu có và nếu tin cậy. Trong trường hợp cơ chế địa phương không tồn tại hoặc không hiệu quả, thì các sáng kiến đa bên hoặc các Đầu mối Liên hệ Quốc gia cho Bộ Hướng dẫn của OECD có thể đóng vai trò là điểm tiếp nhận khiếu nại chuyển cấp. Xem phần 6.2 để biết thông tin về Đầu mối Liên hệ Quốc gia.
Có thể tiếp cận Được tất cả các nhóm bên có lợi ích liên quan là đối tượng sử dụng chính của cơ chế biết đến và hỗ trợ thỏa đáng cho những ai có thể gặp phải những rào cản tiếp cận nhất định.	• Sự tồn tại của cơ chế được công bố rộng rãi. • Hình thức đăng ký khiếu nại rõ ràng và đơn giản. • Được hỗ trợ tại địa phương trong việc báo cáo khiếu nại. • Quan tâm đúng mức tới trình độ văn hóa, đặc biệt là trình độ biết đọc biết viết. Điều này đặc biệt đúng trong lĩnh vực may và giày dép khi mà tỷ lệ người biết chữ thấp. • Có tính tới rào cản ngôn ngữ. *Điều này đặc biệt phù hợp trong lĩnh vực may mặc và giày dép vì sử dụng người lao động nhập cư hoặc người lao động là dân tộc thiểu số nói tiếng dân tộc.* • Có nhiều điểm tiếp nhận khiếu nại. Đại diện doanh nghiệp không phải là đầu mối duy nhất và ít nhất có sẵn một điểm tiếp nhận cho người khiếu nại. Nếu tổ chức công đoàn là điểm tiếp nhận khiếu nại thì quy trình này được mở cho cả những người lao động không phải thành viên công đoàn hoặc phải bổ sung các điểm tiếp nhận. *Điều này đặc biệt phù hợp trong lĩnh vực may mặc và giày dép, vì quyền lực giữa người lao động và cán bộ quản lý trong ngành này có sự mất cân bằng lớn.*
Có thể dự đoán Áp dụng một quy trình thủ tục rõ ràng với một khung thời gian đầy đủ và các loại quy trình cũng như kết quả rõ ràng cùng với các biện pháp giám sát thực hiện.	• Quy định trước một khung thời hạn chỉ định. • Luôn đảm bảo thông tin cho người khiếu nại ở mỗi giai đoạn của quy trình. • Mọi khiếu nại đều được xử lý nghiêm túc. • Thỏa thuận về quy định thực hiện các kết quả đã nhất trí.

Công bằng Đảm bảo các bên bị thiệt hại được tiếp cận hợp lý các nguồn thông tin, tư vấn và chuyên môn cần thiết để tham gia quá trình khiếu nại một cách công bằng, có thông tin và được tôn trọng.	Đảm bảo những người liên quan đều có thể tiếp cận các thông tin liên quan và lưu ý đến bất kỳ sự mất cân bằng nào trong tiếp cận thông tin hoặc kiến thức chuyên môn giữa các bên. *Điều này đặc biệt phù hợp trong lĩnh vực may mặc và giày dép, khi sự mất cân bằng quyền lực lớn giữa người lao động và cấp quản lý là rất lớn.*
Minh bạch Đảm bảo các bên tham gia khiếu nại được thông tin về tiến độ và cung cấp đầy đủ thông tin về hoạt động của cơ chế để tạo niềm tin vào tính hiệu quả của nó	• Thông tin cho người khiếu nại ở mỗi giai đoạn của quy trình. • Xử lý mọi khiếu nại một cách nghiêm túc. • Đồng ý về điều khoản thực hiện các kết quả đã thỏa thuận.
Dựa trên đối thoại	Tìm cách giải quyết khiếu nại thông qua đối thoại giữa doanh nghiệp và bên bị ảnh hưởng hoặc đại diện của họ.

6.2 Cam kết lắng nghe và giải quyết các khiếu nại được đưa ra thông qua các quy trình hợp pháp

Các doanh nghiệp phải chủ động hoặc hợp tác trong việc khắc phục các tác động bất lợi mà họ đã gây ra hoặc góp phần gây ra[31].

Để tạo điều kiện thuận lợi cho quá trình này liên quan đến chuỗi cung ứng của mình, khuyến khích doanh nghiệp cam kết lắng nghe và giải quyết các khiếu nại được nêu ra thông qua các quy trình hợp pháp – kể cả chủ động khắc phục những tác động mà doanh nghiệp đã gây ra hoặc góp phần gây ra trong chuỗi cung ứng của mình. Khiếu nại phải nghiêm trọng và có cơ sở để khẳng định rằng doanh nghiệp đã gây ra hoặc góp phần gây ra thiệt hại trong chuỗi cung ứng của mình (khác với trường hợp khiếu nại về việc doanh nghiệp liên quan đến thiệt hại trong chuỗi cung ứng của mình).

Các quy trình hợp pháp là các quy trình:

- cho phép những bên liên quan bị tác động hoặc đại diện của họ khiếu kiện doanh nghiệp;
- không làm suy yếu vai trò của các cơ chế khiếu kiện địa phương, kể cả tư pháp và phi tư pháp cũng như vai trò của công đoàn trong giải quyết tranh chấp lao động; và
- được quản lý bởi các bên đáng tin cậy.

Dưới đây là một số ví dụ về những việc doanh nghiệp có thể làm trong thực tế:

- Thiết lập một cơ chế khiếu nại của doanh nghiệp mà theo đó các tổ chức công đoàn, xã hội dân sự và các bên bị ảnh hưởng có thể khiếu nại với chính doanh nghiệp về các hành động của doanh nghiệp trong chuỗi cung ứng của mình.
- Tham gia vào các sáng kiến đa bên liên quan (MSI) có áp dụng cơ chế khiếu nại về chuỗi cung ứng (VD với tư cách là thành viên) hoặc thỏa thuận tham gia hòa giải với bất kỳ MSI nào đưa ra khiếu nại hợp pháp đối với doanh nghiệp (xem bên dưới để biết thêm thông tin về MSI).
- Ký kết thỏa thuận với công đoàn, ví dụ thông qua các hiệp định khung toàn cầu, để thiết lập một quy trình mà qua đó công đoàn có thể khiếu nại với doanh nghiệp về việc các hoạt động của doanh nghiệp đã gây ra hoặc góp phần gây ra thiệt hại trong chuỗi cung ứng của họ, nhằm mục đích đưa ra biện pháp khắc phục.
- Đồng ý tham gia hòa giải với các Đầu mối Liên hệ Quốc gia của OECD (NCP) khi NCP cho rằng vấn đề là đúng đắn theo các quy trình thủ tục được quy định trong Bộ Hướng dẫn của OECD, xem bên dưới để biết thêm thông tin.

[31] Bộ Hướng dẫn của OECD, IV, 6.

Hộp 8. Phân biệt các hệ thống cảnh báo sớm và các quy trình hỗ trợ khắc phục

Việc phân biệt giữa các hệ thống cảnh báo sớm và quy trình hỗ trợ khắc phục có ý nghĩa rất quan trọng.

- Mục đích của hệ thống cảnh báo sớm là nhận diện rủi ro (hoặc tác động thực tế) trong hoạt động của chính doanh nghiệp hoặc trong chuỗi cung ứng của doanh nghiệp. Ví dụ, một doanh nghiệp có thể thiết lập một đường dây nóng để tạo điều kiện và cơ hội cho người lao động bày tỏ quan ngại về an toàn công trình.
- Mục tiêu của một quy trình cho phép khắc phục là chủ động khắc phục thiệt hại cho người bị thiệt hại. Ví dụ, một công nhân có thể khiếu nại lên cấp quản lý vì bị sa thải bất công. Người công nhân đó và doanh nghiệp sẽ được mời ngồi lại với nhau để bàn về biện pháp khắc phục thỏa đáng (ví dụ: phục hồi vị trí, bồi thường, v.v.).

Một cơ chế chung, chẳng hạn như cơ chế khiếu nại, có thể có chức năng vừa là hệ thống cảnh báo sớm vừa đưa ra các quy trình cho phép khắc phục thiệt hại. Để xác định liệu một hệ thống chỉ có chức năng cảnh báo sớm hay cũng có thể coi là quy trình cho phép khắc phục, doanh nghiệp nên xem xét chi tiết liệu bên bị hại và bên đã gây ra hoặc góp phần gây ra thiệt hại đó có được có cùng được triệu tập để đưa ra các biện pháp khắc phục hay không.

Hòa giải

Mục tiêu của hòa giải là hỗ trợ doanh nghiệp và các bên liên quan giải quyết tranh chấp. Hòa giải viên đóng vai trò tích cực nhưng trung lập trong việc giúp các bên xác định và đánh giá các phương án giải quyết và dàn xếp. Hòa giải có thể được thực hiện theo vụ việc riêng lẻ, ví dụ khi cả hai bên yêu cầu hòa giải hoặc nó có thể mang tính chất là một hoạt động chuyển cấp khi các bên không thể thỏa thuận hoặc khi người khiếu nại không hài lòng với cách giải quyết đối với khiếu nại của họ. Hòa giải phải được cả hai bên chấp nhận, hợp pháp, độc lập và bí mật. Điều quan trọng là thành viên của các cơ quan được giao phó chức năng tiến hành hòa giải phải vô tư và được coi là công bằng.

Các cơ chế khiếu nại đa bên

Doanh nghiệp có thể sử dụng các cơ chế khiếu nại đa bên để thực hiện trách nhiệm lắng nghe và giải quyết khiếu nại phát sinh liên quan tới những tác động mà doanh nghiệp gây ra hoặc góp phần gây ra trong các chuỗi cung ứng của mình và đưa ra biện pháp khắc phục.

Các sáng kiến đa bên có xây dựng cơ chế khiếu nại của chuỗi cung ứng ngày càng phổ biến hơn trong lĩnh vực may mặc và giày dép. Các sáng kiến này thường hoạt động theo cơ chế thành viên, với các thành viên là doanh nghiệp, công đoàn và/hoặc xã hội dân sự. Cơ chế khiếu nại đa bên có thể tiến hành hòa giải giữa bên khiếu nại và doanh nghiệp. Các cơ chế khiếu nại đa bên cũng phải đáp ứng các tiêu chí về tính hợp pháp, khả năng tiếp cận, tính công bằng, khả năng dự đoán, minh bạch và dựa trên đối thoại.

Điều quan trọng cần lưu ý là một số sáng kiến đa bên có cả hệ thống cảnh báo sớm. Mặc dù hệ thống cảnh báo sớm có thể có tác dụng như cơ chế giám sát để nhận diện các tác động trong chuỗi cung ứng của doanh nghiệp, nhưng không nên nhầm lẫn các hệ thống này với cơ chế khiếu nại. Xem Hộp 8 để biết thêm thông tin.

Đầu mối Liên hệ Quốc gia cho Bộ Hướng dẫn của OECD

Bộ Hướng dẫn của OECD đã xây dựng sẵn một cơ chế khiếu nại phi tư pháp thông qua các Đầu mối Liên hệ Quốc gia (NCP). Các NCP được các Bên Tuân thủ Tuyên bố Đầu tư của OECD thành lập, với nhiệm vụ nâng cao hiệu quả của Bộ hướng dẫn bằng cách:

- Thực hiện các hoạt động xúc tiến và giải quyết các yêu cầu thắc mắc;
- Góp phần giải quyết các vấn đề nảy sinh liên quan đến việc thực hiện Bộ Hướng dẫn trong các

trường hợp cụ thể[32].

Căn cứ vào Quyết định của Hội đồng về Bộ Hướng dẫn của OECD dành cho các Doanh nghiệp Đa quốc gia, Các Bên tuân thủ có nghĩa vụ thiết lập một NCP[33]. Hướng dẫn về Thủ tục cho Bộ Hướng dẫn của OECD nêu rõ rằng các NCP sẽ hoạt động theo các tiêu chí cốt lõi về tầm nhìn, khả năng tiếp cận, tính minh bạch và trách nhiệm giải trình. Ngoài ra, "các trường hợp cụ thể" (vụ việc) cần được xử lý khách quan, có thể đoán định, công bằng và phù hợp với Bộ Hướng dẫn của OECD. Bất kỳ cá nhân/tổ chức nào cũng có thể đệ trình lên NCP một khiếu nại cụ thể đối với một doanh nghiệp liên quan tới hoạt động của doanh nghiệp đó ở bất kỳ đâu trên thế giới.

Các NCP phải ra tuyên bố cuối cùng sau khi hoàn thành việc giải quyết vụ việc khiếu nại đó. NCP cũng có thể đưa ra khuyến nghị dựa trên các tình tiết của vụ việc và theo dõi việc thực hiện các khuyến nghị này. Việc khuyến nghị có thể có tác động đến uy tín của doanh nghiệp và có thể có tác dụng khuyến khích doanh nghiệp tham gia vào quá trình giải quyết khiếu nại[34].

Hộp 9. Tổ chức các cơ chế khiếu nại đa bên

Việc tổ chức một cơ chế khiếu nại với nhiều bên liên quan có thể khiến cho việc đáp ứng các tiêu chí cốt lõi về tính hợp pháp, khả năng tiếp cận, khả năng dự đoán, tính công bằng, minh bạch và dựa trên đối thoại bị hạn chế. Doanh nghiệp và cơ chế khiếu nại đa bên cần nhận thức được những hạn chế tiềm ẩn này để xử lý trong phạm vi có thể.

- Khả năng tiếp cận cơ chế khiếu nại đa bên có thể bị hạn chế khi mà chỉ có các thành viên của sáng kiến đa bên (MSI) mới có quyền khiếu nại một doanh nghiệp thành viên. Sở dĩ có những hạn chế này là để đảm bảo MSI có đủ nguồn lực để lắng nghe và giải quyết mọi khiếu nại. Doanh nghiệp có thể khắc phục nó bằng cách sẵn sàng tham gia (hoặc giải quyết khiếu nại) một loạt các cơ chế khiếu nại khác.
- Khả năng tiếp cận có thể bị hạn chế khi mà chỉ có những bên bị ảnh hưởng trực tiếp (tức là người lao động, thành viên cộng đồng, v.v.), chứ không phải đại diện của họ, mới có thể khiếu nại. Các bên bị ảnh hưởng có thể ở quá xa đối với sáng kiến đó để vừa biết về sự tồn tại và cách sử dụng cơ chế đó. Các đầu mối liên hệ địa phương có thể giúp tăng khả năng tiếp cận.
- Tính hiệu quả của một cơ chế khiếu nại có thể bị hạn chế khi mà mọi đối tượng đều có thể sử dụng cơ chế đó để khiếu nại về bất kỳ rủi ro nào và khiếu nại bất kỳ doanh nghiệp nào. Cơ chế có phạm vi rộng như vậy có thể khiến cho các nguồn lực dành cho việc thông tin, phổ biến về cơ chế khiếu nại và theo dõi xúc tiến các khiếu nại sẽ bị hạn chế.

6.3 Xác định hình thức khắc phục phù hợp

Việc khắc phục có thể được thực hiện bằng nhiều cách và điều quan trọng là phải hiểu được những người bị ảnh hưởng sẽ coi là biện pháp khắc phục có hiệu quả, bên cạnh với quan điểm riêng của doanh nghiệp. Khắc phục có thể là một lời xin lỗi, phục hồi chức vụ, đền bù, hoặc quy định để đảm bảo rằng thiệt hại không thể tái diễn, bồi thường thiệt hại (bằng tiền hoặc bằng cách khác), chế tài trừng phạt, ngừng một hoạt động hoặc một mối quan hệ cụ thể, hoặc một hình thức khắc phục khác mà các bên cùng đồng ý[35]. Dưới đây là một số nguyên tắc xác định hình thức khắc phục phù hợp:

---

[32] *Các trường hợp cụ thể* là thuật ngữ được sử dụng trong Bộ hướng dẫn để mô tả các vấn đề thực tế có thể phát sinh liên quan tới việc thực thi *Bộ hướng dẫn.*

[33] Quyết định của Hội đồng về Bộ Hướng dẫn dành cho các Doanh nghiệp đa quốc gia, được sửa đổi năm 2011

[34] Xem thêm OECD (2016), *Thực thi Bộ Hướng dẫn của OECD dành cho các Doanh nghiệp Đa quốc gia: các Đầu mối Liên hệ Quốc gia (NCP) từ năm 2000 đến năm 2015,* OECD, Paris.

[35] Văn phòng Cao ủy Liên hiệp quốc về Quyền con người (2012), *Trách nhiệm tôn trọng quyền con người của Công ty, Hướng dẫn Diễn giải*, Liên hiệp quốc, New York và Geneva.

- Biện pháp khắc phục phải tìm cách khôi phục trạng thái của (những) người bị ảnh hưởng về tình trạng của họ nếu thiệt hại không xảy ra (nếu có thể) và tương xứng với tầm quan trọng và quy mô của tác động bất lợi.
- Biện pháp khắc phục phải đáp ứng quy định của luật quốc gia và hướng dẫn quốc tế về khắc phục nếu có; nếu không tồn tại các tiêu chuẩn đó, biện pháp khắc phục được áp dụng phải phù hợp với những biện pháp được đưa ra trong các vụ việc tương tự.
- Doanh nghiệp phải xác định biện pháp khắc phục cùng các bên liên quan bị ảnh hưởng.
- Doanh nghiệp nên đánh giá mức độ hài lòng của những người khiếu nại đối về quá trình và (các) kết quả giải quyết khiếu nại.

Hợp tác

Trong trường hợp có nhiều bên cùng gây ra hoặc góp phần gây ra tác động bất lợi, doanh nghiệp nên tìm cách hợp tác với các bên đó. Việc hợp tác này sẽ không miễn trừ doanh nghiệp khỏi bất kỳ trách nhiệm nào và doanh nghiệp phải tự chủ động, tạo điều kiện hoặc hỗ trợ việc khắc phục, phù hợp với phạm vi đóng góp của mình vào tác động đó.

PHẦN II.
CÁC MÔ-ĐUN VỀ RỦI RO NGÀNH

Mô-đun 1. Lao động trẻ em

Mô-đun 2. Quấy rối tình dục và bạo lực tình dục và bạo lực trên cơ sở giới ở nơi làm việc

Mô-đun 3. Lao động cưỡng bức

Mô-đun 4. Thời gian làm việc

Mô-đun 5. An toàn & Sức khỏe nghề nghiệp

Mô-đun 6. Công đoàn và Thương lượng tập thể

Mô-đun 7. Tiền lương

Giới thiệu về các mô-đun về môi trường

Mô-đun 8. Hóa chất độc hại

Mô-đun 9. Nước

Mô-đun 10. Phát thải khí nhà kính

Mô-đun 11. Hối lộ và & tham nhũng

Mô-đun 12. Tìm nguồn cung ứng có trách nhiệm từ những người lao động tại nhà

Các khuyến nghị được đưa ra trong các mô-đun này không phải là các hướng dẫn riêng lẻ, mà để bổ sung cho các Hướng dẫn Cốt lõi và cung cấp thông tin để doanh nghiệp biết cách điều chỉnh phương pháp thẩm định của mình khi giải quyết các rủi ro cụ thể của ngành. Hơn nữa, các mô-đun dưới đây cũng không nhằm mục đích hướng dẫn về các vấn đề kỹ thuật. Khuyến khích các doanh nghiệp sử dụng những hướng dẫn hiện có của các tổ chức đáng tin cậy nếu những hướng dẫn đó phù hợp với khuyến nghị của các mô-đun này.

Mô-đun 1. Lao động trẻ em

Lồng ghép kinh doanh có trách nhiệm vào nội dung chính sách và các hệ thống quản lý doanh nghiệp

Chính sách

Khi đưa ra chính sách liên quan đến lao động trẻ em, doanh nghiệp cần thể hiện rõ cam kết của mình trong việc không dung túng lao động trẻ em trong hoạt động của mình và các nhà cung cấp, căn cứ vào Công ước 138 và 182 của ILO. Doanh nghiệp cần tuyên bố chính sách về lao động trẻ em có hiệu lực trong toàn bộ chuỗi cung ứng kể cả cung ứng nguyên liệu thô.

- Các chính sách về lao động trẻ em phải phù hợp với luật pháp trong nước và quốc tế và phải mô tả cụ thể về các loại công việc được coi là nguy hiểm[36].
- Trường hợp các quy định của pháp luật quốc gia không chặt chẽ bằng các tiêu chuẩn quốc tế, thì doanh nghiệp nên tuân thủ các tiêu chuẩn quốc tế (ví dụ về lao động trẻ em nguy hiểm, các hình thức lao động trẻ em tồi tệ nhất và độ tuổi tối thiểu)[37].
- Nếu luật pháp quốc gia quy định các tiêu chuẩn cao hơn so với các chuẩn mực quốc tế, thì doanh nghiệp nên tuân thủ luật pháp trong nước.
- Mọi tiêu chuẩn phải được áp dụng công bằng cho các bé gái và bé trai[38].

Nhận diện các thiệt hại thực tế và tiềm ẩn trong hoạt động của doanh nghiệp và trong chuỗi cung ứng của nó

Bài tập xác định phạm vi

Xem Bảng 9 ví dụ về các yếu tố rủi ro đối với lao động trẻ em và mức độ liên quan của yếu tố đó đối với lĩnh vực may mặc và giày dép.

Bảng 9. Các yếu tố rủi ro đối với lao động trẻ em trong lĩnh vực may mặc và giày dép*

Các Yếu tố Rủi ro	Giải thích	Các nội dung mà ngành cần cân nhắc
Quản trị nhà nước Luật pháp của một quốc gia không tuân thủ các tiêu chuẩn của ILO về độ tuổi tối thiểu và các hình thức lao động trẻ em tồi tệ nhất.	Chính phủ thể hiện ý định tuân thủ các chuẩn mực của ILO về lao động trẻ em bằng cách đảm bảo luật pháp trong nước thống nhất với các công ước của ILO. Đây là sự đảm bảo tối thiểu về ý định bảo vệ trẻ em của chính phủ để tránh tình trạng lao động trẻ em.	Tiếp tục tồn tại những khoảng trống đáng kể giữa khung pháp luật và năng lực thực thi luật pháp để phòng chống lao động trẻ em ở nhiều quốc gia sản xuất và xuất khẩu hàng dệt may và giày dép.
Quản trị nhà nước Chính phủ không thực thi luật pháp về lao động trẻ em.	Luật pháp về Lao động trẻ em chỉ có hiệu lực khi nó được thực thi. Có lẽ, chỉ số về thực thi pháp luật lao động trẻ em là yếu tố quan trọng nhất để xác định liệu lao động trẻ em có phải là một rủi ro cao ở một quốc gia hay không.	

[36] Ở nhiều quốc gia, lao động trẻ em nguy hiểm sẽ được định nghĩa trong hệ thống pháp luật quốc gia hoặc thông qua đối thoại xã hội có sự tham gia của các tổ chức đại diện cho người lao động và người sử dụng lao động, và chính quyền. Trong trường hợp không có danh mục các hoạt động nguy hiểm nào, khuyến khích doanh nghiệp tham khảo ý kiến của ILO, đội ngũ nhân viên y tế hoặc các chuyên gia sức khỏe và an toàn.

[37] Ở các quốc gia mà luật pháp và quy định trong nước xung đột với các nguyên tắc và tiêu chuẩn của Bộ Hướng dẫn, thì các công ty nên tìm cách tôn trọng tối đa các nguyên tắc và tiêu chuẩn trong Bộ Hướng dẫn ở mức tối đa để không vi phạm luật trong nước. Rất khó xảy ra trường hợp các công ty phải đối mặt với các yêu cầu mâu thuẫn khi tuân thủ các tiêu chuẩn về độ tuổi tối thiểu nằm ngoài phạm vi yêu cầu của luật pháp trong nước

[38] Ví dụ, nếu quy định của luật pháp trong nước quy định độ tuổi thấp hơn so với tiêu chuẩn quốc tế, thì doanh nghiệp nên tuân thủ các chuẩn mực quốc tế về độ tuổi tối thiểu. Nếu luật trong nước quy định đội tuổi tối thiểu cao hơn so với chuẩn mực quốc tế, thì doanh nghiệp nên áp dụng luật trong nước

	Các chỉ số về nguồn lực dành cho việc thực thi luật pháp về lao động trẻ em và dành cho điều tra vi phạm, các vụ kiện đối với những người vi phạm và thực thi các quyết định pháp lý cũng có thể giúp xác định những điều trên. [1] Báo cáo của xã hội dân sự, công đoàn và các tổ chức quốc tế cũng có thể là một tài nguyên hữu ích.	
Quản trị nhà nước Tiếp cận cận giáo dục thấp kém và/hoặc giáo dục kém chất lượng	Nguy cơ lao động trẻ em gia tăng khi trẻ em không được đến trường. Lý do có thể là thiếu các trường học gần đó hoặc do các rào cản khác, chẳng hạn như vấn đề học phí quá cao hoặc các trở ngại về hành chính như yêu cầu về giấy khai sinh. Các hệ thống trường học cũng có thể thiếu một chính sách để giúp các trẻ đã từng đi làm tái hòa nhập. Con cái của lao động nhập cư có thể gặp phải những trở ngại đặc biệt trong việc tiếp cận giáo dục. Ví dụ, chúng có thể không nói được ngôn ngữ địa phương. Khi chất lượng giáo dục nghèo nàn, các bậc phụ huynh có thể cho rằng việc cho con đi làm có giá trị hơn với việc cho con đến trường.[2]	Nhiều quốc gia nơi tiến hành các hoạt động sản xuất và hoàn thiện hàng may mặc và giày dép và sản xuất nguyên phụ liệu vẫn tiếp tục gặp trở ngại đáng kể trong phổ cập giáo dục. Ở một số quốc gia có chuỗi cung ứng hàng may mặc, độ tuổi giáo dục bắt buộc thấp hơn cả độ tuổi tối thiểu để đi làm.
Quản trị nhà nước Chính phủ không quy định trong luật giáo dục các biện pháp thỏa đáng chống phân biệt đối xử và/hoặc không thực thi tốt các quy định đó.	Phân biệt đối xử và loại trừ các nhóm (thiểu số) nhất định, VD không cho tiếp cận giáo dục, có thể làm gia tăng nguy cơ lao động trẻ em.	Trong lĩnh vực may mặc và giày dép, trẻ em của các nhóm đối tượng hoặc người lao động thiểu số, ví dụ người (lao động) nhập cư, ít có khả năng được đi học và dẫn tới tình trạng lao động trẻ em trong một số bối cảnh.
Ngành/lĩnh vực Lao động phi chính thức	Lao động trẻ em là đặc điểm phổ biến nhất trong các lĩnh vực phi chính thức của nền kinh tế và các lĩnh vực chính thức có thể ký hợp đồng phụ với các đơn vị phi chính thức không được kiểm soát có sử dụng lao động trẻ em.	Việc làm phi chính thức phổ biến ở hầu hết các khâu trong chuỗi cung ứng may mặc và giày dép. Tỷ lệ lao động thời vụ phi chính thức trong hoạt động thu hoạch bông thường rất cao. Lao động phi chính thức đặc biệt phổ biến ở giai đoạn khâu da và các công việc thủ công phức tạp, chẳng hạn như thêu và đính cườm.
Ngành/lĩnh vực Các công việc mà trẻ em được coi là sẽ thực hiện tốt hơn	Trong một số lĩnh vực, người ta nói rằng có những công việc mà trẻ em có khả năng thực hiện tốt hơn.	Trong một số bối cảnh, người ta nói rằng trẻ em có kỹ năng tốt hơn trong việc may vá phức tạp, khâu da, đính cườm và thêu thùa v.v....
Ngành/lĩnh vực Lao động nhập cư	Con cái của những người lao động nhập cư theo mùa vụ thường di cư cùng cha mẹ và đặc biệt dễ bị sử dụng vào lao động trẻ em. Các địa điểm làm việc theo mùa vụ thường wor xa trường học và các dịch vụ khác, trong khi đó việc xin đi học theo mùa có thể là một vấn đề nan giải. Trẻ em nhập cư thường bị ngược đãi – bị cô	Thu hoạch bông thường sử dụng lao động nhập cư phi chính thức theo mùa vụ ở mức cao; Ở một số nơi, lao động nhập cư quốc tế chiếm 75% lực lượng lao động. Ở hầu hết các nước xuất khẩu, tình trạng di cư từ nông thôn ra thành thị đã trở nên

	lập, bị bạo lực, điều kiện lao động không đảm bảo, không được trả lương và nguy cơ bị báo cáo với chính quyền.[3]	phổ biến.
Ngành/lĩnh vực Lương không đảm bảo được nhu cầu cơ bản của người lao động và gia đình họ;	Tình trạng lương thấp và không có việc làm tử tế của các thành viên khác trong gia đình dẫn tới giảm thu nhập của hộ gia đình và trở thành động lực kinh tế buộc trẻ em phải đi làm	Không tuân thủ các quy định về tiền lương là một rủi ro phổ biến ở các mọi khâu của chuỗi cung ứng may mặc và giày dép thâm dụng lao động và sử dụng lao động thu nhập thấp.
Ngành/lĩnh vực Sử dụng chế độ học việc	Trẻ em làm theo chế độ học việc có thể không được hưởng tiền công thỏa đáng và phải làm việc nhiều giờ ảnh hưởng tới việc học tập.	Chế độ học việc được áp dụng ở rất nhiều trường hợp của ngành này
Ngành/lĩnh vực Thầu phụ	Việc sử dụng thầu phụ ảnh hưởng tới việc theo dõi các tiêu chuẩn lao động và làm gia tăng nguy cơ lao động trẻ em;	*Sản xuất (kể cả kéo sợi)* Sử dụng thầu phụ là một thông lệ phổ biến ở khâu cắt may và hoàn thiện (VD thầu lại cho các nhà in hoa) toàn cầu.
Ngành/lĩnh vực Sử dụng các cơ quan tuyển dụng/việc làm tư nhân	Việc sử dụng các nhà tuyển dụng và đại lý của họ có thể tạo ra các lớp ngăn cách giữa chủ sử dụng lao động và người lao động. Chủ sử dụng lao dộng có thể không biết về các thông lệ tuyển dụng này của mình, khiến cho người lao động dễ bị bóc lột.[4]	*Sản xuất (kể cả kéo sợi)* Các cơ quan tuyển dụng/việc làm tư nhân thường được sử dụng để thuê người lao động nhập cư trong và ngoài nước.
Ngành/lĩnh vực Sự tồn tại của các thỏa thuận tín dụng và nợ	Khi áp dụng các kế hoạch hoặc chương trình tín dụng để ứng trước tiền cho trẻ em sẽ khiến trẻ em có nguy cơ cao lâm vào tình trạng lao động cưỡng bức, nợ nần, công việc bấp bênh và không được trả lương đầy đủ.	Các chương trình tín dụng đôi khi được tích hợp vào các chương trình học việc. Thông lệ này có thể tồn tại trong số những lao động nhập cư được thuê thông qua một cơ quan tuyển dụng/việc làm tư nhân.

1. *Phỏng theo, Ủy ban Giám sát Tiêu chuẩn Lao động Quốc tế Hội đồng Nghiên cứu Quốc gia của Viện Hàn lâm Quốc gia (2004), Giám sát Tiêu chuẩn Quốc tế: kỹ thuật và nguồn thông tin, NXB Viện Hàn lâm Quốc gia.*
2. *See Jensen, (2000), Xây dựng các Chỉ số về Lao động Trẻ em, Báo cáo gửi Chương trình Quốc tế về Xóa bỏ Lao động Trẻ em, ILO, Geneva.*
3. *Chương trình Quốc tế về Xóa bỏ Lao động Trẻ em, Website về Di cư và và Lao động trẻ em.*
4. *Xem Bộ Ngoại giao Hoa Kỳ (2015).*

Đánh giá bên cung ứng

- Đánh giá bên cung ứng dựa rất nhiều vào việc phỏng vấn người lao động (không có mặt của ban quản lý), phỏng vấn ban lãnh đạo và các bên có lợi ích liên quan khác.
- Khuyến khích doanh nghiệp tham khảo ý kiến của người lao động và các bên có lợi ích liên quan về địa điểm tiến hành đánh giá: tại nơi làm việc hay ngoài trụ sở.
- Nhận thấy rằng các cuộc phỏng vấn truyền thống không phải lúc nào cũng hiệu quả trong việc thu hút trẻ em và trẻ em có thể được huấn luyện trước về cách trả lời, nên khuyến khích doanh nghiệp kết hợp phương pháp đánh giá có sự tham gia trong trường hợp có cảnh báo về nguy cơ lao động trẻ em ở mức cao[39].
- Trong trường hợp có cảnh báo về nguy cơ về hình thức lao động trẻ em tồi tệ nhất, cần mời các chuyên gia có trình độ tham gia đánh giá tại chỗ để đảm bảo việc bảo vệ trẻ em.

Hiểu về bối cảnh địa phương

Việc loại bỏ lao động trẻ em ở một địa bàn cụ thể đòi hỏi sự hợp tác của hàng loạt các bên có lợi ích liên quan trong đó có chính quyền, ngành công nghiệp và xã hội dân sự. Vấn đề xóa bỏ lao động trẻ em trên toàn cầu (cả ở cấp quốc gia và quốc tế) đã nhận được sự quan tâm và các nguồn lực đáng kể, ví dụ, thông qua việc xây dựng các chương trình chuyển đổi trẻ em sang giáo dục chính quy hoặc xúc tiến hoạt động giám sát của cộng đối với vấn đề lao động trẻ em. Trong bối cảnh này, khuyến khích các doanh nghiệp, bất cứ khi nào có thể, phải gắn kế hoạch hành động khắc phục của mình với các chiến lược hiện có tại chỗ để ngăn chặn lao động trẻ em. Hơn nữa, vì lao động trẻ em thường rất phổ biến ở một số lĩnh vực trên địa bàn (tức là đây không phải là vấn đề của riêng chuỗi cung ứng may mặc và giày dép), nên khuyến khích doanh nghiệp nhận diện các lĩnh vực khác cũng có nguy cơ tương tự đối với lao động trẻ em trên địa bàn để cùng hợp tác khi thích hợp.

Chấm dứt, ngăn ngừa hoặc giảm thiểu lao động trẻ em trong hoạt động của chính doanh nghiệp

Nếu có trẻ em đang làm công việc độc hại, phải ngay lập tức đưa đứa trẻ đó ra khỏi các công việc này. Khuyến khích các doanh nghiệp thực thi hướng dẫn hiện hành về cách chấm dứt và ngăn ngừa lao động trẻ em trong các hoạt động của mình. Ví dụ, một kế hoạch hành động khắc phục có thể bao gồm các nội dung sau:

- Nâng cao nhận thức của người lao động và đội ngũ quản lý - ví dụ, thông qua đào tạo, tài liệu (VD các cuốn sách nhỏ), hội thảo và hỗ trợ liên tục. Nội dung đào tạo và thông tin cung cấp cho người lao động có thể bao gồm:
    - Chính sách của doanh nghiệp đối với vấn đề lao động trẻ em
    - Định nghĩa của lao động trẻ em
    - Định nghĩa về công việc độc hại (chỉ phù hợp với trẻ em trên độ tuổi lao động tối thiểu hợp pháp; trẻ em dưới độ tuổi này hoàn toàn không nên làm việc)
    - Các chuẩn mực và luật pháp quốc tế và quốc gia
    - Các tác động tiêu cực của lao động trẻ em đối với trẻ
    - Cơ chế áp dụng và cách thức để người lao động báo cáo các trường hợp lao động trẻ em (VD: báo cáo lên ủy ban giám sát lao động trẻ em hoặc một cơ chế khiếu nại khác ở cấp hoạt động)
    - Hệ thống ngăn ngừa lao động trẻ em của doanh nghiệp và vai trò của người lao động, cán bộ quản đốc và đội ngũ quản lý trong việc ngăn chặn trẻ em lao động.

---

[39] Một số ví dụ về phương pháp đánh giá có sự tham gia: phân vai; yêu cầu trẻ vẽ một bức tranh và mô tả bức tranh đó; cho trẻ xem những bức ảnh và yêu cầu trẻ nhận xét; đặt câu hỏi cho một đứa trẻ biết cách viết để chia sẻ bài tường thuật hoặc lời kể; và cho trẻ xem một sơ đồ hoặc bản đồ và đặt câu hỏi về biểu đồi/bản đồ đó (luôn nhớ rằng kỹ năng đọc bản đồ và biểu đồ cũng là một nội dung cần học). Tham khảo SIMPOC (2005).

- Thiết lập các hệ thống quản lý để giảm thiểu nguy cơ không tuân thủ, ví dụ bằng cách chính thức hóa hợp đồng lao động và hình thành quy trình sơ tuyển cho các cơ quan tuyển dụng/việc làm tư nhân[40]. Đào tạo cho đội ngũ giám sát tuyển dụng về chính sách và các cơ chế của doanh nghiệp đối với vấn đề lao động trẻ em và để giảm thiểu nguy cơ này.
- Loại bỏ tình trạng trẻ em phải làm các công việc nguy hiểm bằng cách nhận diện, ngăn ngừa và giảm thiểu rủi ro an toàn và sức khỏe tại nơi làm việc, tốt nhất là đưa vào nội dung các nỗ lực toàn diện để loại bỏ mọi hình thức lao động trẻ em[41]. Xem Mô-đun 5.
- Nhận thấy các biện pháp phòng ngừa hiệu quả nhất thường đòi hỏi phải giải quyết các nguyên nhân có tính hệ thống và gốc rễ của vấn đề lao động trẻ em (VD thiếu tiếp cận giáo dục), khuyến khích các doanh nghiệp hợp tác với các sáng kiến hiện đã được coi là có tác động trong việc giải quyết lao động trẻ em (VD các sáng kiến của chính phủ, sáng kiến đa bên, sáng kiến của xã hội dân sự). Các sáng kiến này có thể hỗ trợ đào tạo, tiếp cận các cơ chế khiếu nại bên ngoài cơ sở, v.v....[42]

Ngăn ngừa phần đóng góp của doanh nghiệp vào thiệt hại (đối với các đơn vị bán lẻ, các thương hiệu và trung gian mua hàng)

- Doanh nghiệp cần đánh giá và ngăn chặn sự góp phần của mình vào thiệt hại thông qua các thông lệ đàm phán giá và mua bán.
- Khuyến khích doanh nghiệp, nếu có thể, hỗ trợ các nhà cung cấp của mình trong việc ngăn chặn lao động trẻ em bằng cách nâng cao nhận thức của nhà cung cấp về các yếu tố cấu thành lao động trẻ em (nếu thích hợp) và tạo điều kiện để họ kết nối với các nhà cung cấp dịch vụ địa phương.
- Cho dù, đã xảy ra các trường hợp lao động trẻ em cụ thể hay chưa, doanh nghiệp nên sử dụng ảnh hưởng của mình để khuyến khích các nhà cung cấp thực hiện các biện pháp ngăn chặn lao động trẻ em nếu các yếu tố rủi ro đối với lao động trẻ em đã được nhận diện trong khu vực nguồn cung ứng và nhà cung cấp chưa thực hiện các biện pháp kiểm soát thỏa đáng để giảm thiểu rủi ro.
- Thừa nhận mối liên hệ giữa tiền lương và lao động trẻ em, khuyến khích doanh nghiệp tiến hành thẩm định về tiền lương. Xem Mô-đun 7.
- Nhận thấy lao động trẻ em hiếm khi là vấn đề duy nhất của một nhà cung cấp, khuyến doanh nghiệp hỗ trợ một phương pháp tiếp cận toàn ngành ở một địa bàn cụ thể (VD cụm sản xuất) và hợp tác với các sáng kiến dựa trên cộng đồng về phòng chống lao động trẻ em đang được thực hiện trong ngành/lĩnh vực. Trên thực tế, điều này có nghĩa là doanh nghiệp hoạt động trong lĩnh vực này phải có một chiến lược hài hòa về đào tạo, nâng cao năng lực, theo dõi kết quả và huy động sự tham gia của các bên có lợi ích liên quan của các nhà cung cấp.
- Nhận thấy lao động trẻ em hiếm khi chỉ là vấn đề riêng của một lĩnh vực ở một địa bàn nhất định, mà thường gặp phải ở hàng loạt các lĩnh vực khác nhau và rằng việc loại bỏ lao động trẻ em ra khỏi lĩnh vực này có thể làm tăng nguy cơ trẻ em đi tìm việc làm ở một lĩnh vực khác, do đó khuyến khích các doanh nghiệp phối hợp và cộng tác với các ngành/lĩnh vực khác trên cùng địa bàn. Ví dụ, trên thực tế, điều này có thể có nghĩa là cần thiết lập các cuộc đối thoại liên ngành khu vực để giải quyết các nguy cơ lao động trẻ em cụ thể tại một địa bàn cụ thể. Nó cũng có thể có nghĩa là chia sẻ các nguồn lực, các chỉ số và kết quả đào tạo giữa các ngành.[43]

---

[40] Tham khảo *Shift và IHRB, Hướng dẫn của Ngành dành cho các Cơ quan tuyển dụng về thực hiện các Nguyên tắc Hướng dẫn của Liên hiệp quốc về Kinh doanh và Quyền con người*, Ủy ban Châu Âu.

[41] Xem Lời nói đầu iii ở Bộ Việc làm và Xã hội của Hà Lan (2016)

[42] Xem "Câu hỏi Khó số 5" trong ILO-IOE (2015) để biết thêm về các vấn đề thực tế cần xem xét khi đánh giá vai trò của mà MSI có thể và cần thực hiện để ngăn ngừa và giảm thiểu các thông lệ có hại về lao động trẻ em.

[43] Tham khảo Trang web về diễn đàn Lao động trẻ em của IOE và ITUC.

Theo dõi

Xác minh, theo dõi và xác nhận tiến độ thẩm định và hiệu quả thẩm định trong hoạt động của chính doanh nghiệp

Các ủy ban giám sát trẻ em tại nơi làm việc có thể là một phương pháp hiệu quả để giám sát lao động trẻ em. Các ủy ban này có thể đóng vai trò trong đào tạo người lao động về các nguy cơ lao động trẻ em; là điểm tiếp nhận đầu tiên của cơ chế khiếu nại tại chỗ; và giám sát để đảm bảo rằng trẻ em không phải làm các công việc nguy hiểm.

Nếu phù hợp và khả thi, các ủy ban giám sát trẻ em tại nơi làm việc có thể phối hợp với các chương trình và quy trình giám sát trẻ em ở cộng đồng (nếu có và đang hoạt động hiệu quả) để thực hiện các biện pháp khắc phục.

Chủ động hoặc hợp tác để khắc phục khi phù hợp

Các cơ chế khiếu nại ở khâu hoạt động

Trẻ em có thể không tự mình tiếp cận được các cơ chế khiếu nại. Do đó, phải đảm bảo các cơ chế khiếu nại dễ tiếp cận với những người có thể thay mặt trẻ nêu lên mối quan ngại, chẳng hạn như các ủy ban có nhiệm vụ giám sát lao động trẻ em, công đoàn, thành viên cộng đồng, nhân viên thu mua, xã hội dân sự địa phương và các quan chức chính phủ[44]. Việc tuyên truyền sử dụng các cơ chế khiếu nại nên bao gồm nội dung đào tạo cho xã hội dân sự địa phương.

Doanh nghiệp nên có (hoặc đặt ra) một cơ chế để báo cáo lên cơ quan chức năng tội phạm thuộc các hình thức lao động trẻ em tồi tệ nhất.

Xác định hình thức chế tài phù hợp

- Khi một trẻ chưa đủ độ tuổi lao động hợp pháp, mục tiêu của việc khắc phục là phải giải phóng trẻ khỏi nơi làm việc và đảm bảo áp dụng các phương án thay thế, tốt nhất là cho trẻ đi học chính quy toàn thời gian. Quá trình khắc phục nên bao gồm việc đối thoại với những người chăm sóc trẻ và, nếu khả thi, tìm cách cho trẻ đi học mà không làm tổn hại đến phúc lợi của trẻ hoặc của gia đình trẻ. Dưới đây là các ví dụ:
    - Giải phóng trẻ khỏi nơi làm việc và người sử dụng lao động trả học phí cho trẻ trong thời gian đi học (cho đến khi đủ tuổi đi học tối thiểu)
    - Giải phóng trẻ khỏi nơi làm việc và tuyển dụng một thành viên trong gia đình trẻ vào làm thay chỗ và người đó phải được trả lương thỏa đáng để đáp ứng các nhu cầu cơ bản của người lao động và gia đình họ
    - Giải phóng trẻ khỏi nơi làm việc và đăng ký để trẻ vào học tại một trường chuyển tiếp dành cho trẻ bị tụt hậu so với các bạn cùng lứa
    - Giải phóng trẻ khỏi nơi làm việc và gia đình của trẻ được ghi danh tham gia một chương trình hiện có để giúp giải quyết các nguyên nhân gốc rễ của lao động trẻ em (VD chênh lệch thu nhập).
- Khuyến khích doanh nghiệp tham gia cùng các sáng kiến đáng tin cậy trong cộng đồng, nếu có, để giúp trẻ em chuyển đổi từ việc đi làm sang việc đi học.
- Đối với những trẻ đang phải làm những công việc nguy hiểm, thì chúng phải được giải phóng ngay lập tức khỏi những công việc này. Các hình thức lao động trẻ em tồi tệ nhất có thể bị coi là một tội cần được báo lên các cơ quan hữu quan. Người sử dụng lao động nên tham khảo ý kiến của các chuyên gia độc lập (VD bác sĩ) để xác định bất kỳ tổn hại nào về thể chất (VD tác động đến sức khỏe) do trẻ phải làm những công việc nguy hiểm và tổn hại đó phải được khắc phục một cách thích hợp.

[44] Tham khảo IDH (2012); Chấm dứt Lao động trẻ em (2015).

- Trong trường hợp trẻ đang ở hoặc lớn hơn độ tuổi lao động hợp pháp theo quy định của luật quốc gia hoặc tiêu chuẩn quốc tế (tùy vào độ tuổi lớn hơn), trẻ phải được lựa chọn tiếp tục làm những công việc phù hợp (tức là trẻ có thể tiếp tục làm việc nhưng phải được giải phóng khỏi những công việc nguy hiểm).
- Khuyến khích doanh nghiệp theo dõi xem những trẻ em đã từng đi làm có được bảo vệ thỏa dáng không, có phải quay lại làm việc không hay bị đặt vào tình huống bấp bênh hơn[45].

[45] Tham khảo *5x5 Bước để thiết lập các Lĩnh vực không có Lao động trẻ em,* Chấm dứt Lao động trẻ em, Amsterdam

Các chuẩn mực và văn kiện quốc tế được lựa chọn

- Bộ Hướng dẫn của OECD dành cho các Doanh nghiệp đa quốc gia, Chương IV, Quyền con người và Chương V, Việc làm và quan hệ lao động
- Công ước của ILO về Lứa tuổi tối thiểu để được nhận vào làm việc 1973 (No.138)
- Công ước của ILO về các Hình thức Lao động trẻ em tồi tệ nhất, 1999 (No. 182)
- Công ước của LHQ về Quyền trẻ em 1989

Tài nguyên

- Báo cáo Hàng năm của Bộ ngoại giao Hoa Kỳ *Báo cáo về Mua bán người,* Washington, D.C.
- Bộ Lao động Mỹ, *Danh mục hàng hóa được sản xuất bởi Lao động trẻ em và Lao động cưỡng bức*, Washington, D.C.
- SIMPOC (2005), Sổ tay về Phương pháp đánh giá nhanh về Lao động trẻ em, ILO, Geneva, UNICEF
- *Shift và IHRBC (2012)*, Hướng dẫn của Ngành dành cho các Cơ quan tuyển dụng về thực hiện các Nguyên tắc Hướng dẫn của Liên hiệp quốc về Kinh doanh và Quyền con người, Ủy ban Châu Âu
- IDH (2012), Báo cáo 2010-2011 về các thông lệ kinh doanh và bài học kinh ghiệm trong giải quyết vấn đề lao động trẻ em, Nhóm công tác về Lao động của tổ chức UN Global Compact
- ILO (2007), Hướng dẫn Hai: Chủ sử dụng lao động có thể loại bỏ Lao động trẻ em bằng cách nào, ILO, Geneva
- ILO-IOE (2015), Công cụ hướng dẫn về lao động trẻ em cho doanh nghiệp, ILO, Geneva
- ILO-IPEC (2005), Hướng dẫn xây dựng các quy trình giám sát về Lao động trẻ em, ILO, Geneva
- IOE và ITUC Website về Lao động trẻ em
- Bộ Xã hội và Việc làm của Hà Lan (2016), "Lộ trình Đạt được mục tiêu xóa bỏ các hình thức Lao động trẻ em tồi tệ nhất vào năm 2016", Tài liệu Kết quả của Hội nghị La Hay về Lao động trẻ em toàn cầu 2010 hướng tới một thế giới không có Lao động trẻ em Lập bản đồ lộ trình tới năm 2016, La Hay
- Tham khảo Đầu mối Hỗ trợ của ILO để có thêm thông tin về các chuẩn mực liên quan của ILO.
- UNICEF, Các nguyên tắc Kinh doanh và Quyền trẻ em
- Bộ Ngoại giao Mỹ (2015), *Báo cáo về buôn bán người 2015,* Washington, D.C.

Mô-đun 2. Quấy rối tình dục và bạo lực giới/bạo lực trên cơ sở giới (SGBV) tại nơi làm việc

Lồng ghép kinh doanh có trách nhiệm vào nội dung chính sách và các hệ thống quản lý doanh nghiệp

Chính sách

Khuyến khích doanh nghiệp áp dụng chính sách không khoan nhượng đối với bạo lực tình dục/ bạo lực trên cơ sở giới cùng với các biện pháp nghiêm ngặt để chống quấy rối tình dục trong các hoạt động của mình. Chính sách RBC của doanh nghiệp cần nêu rõ kỳ vọng của doanh nghiệp đối với các nhà cung cấp và các đối tác kinh doanh khác để họ cũng áp dụng chính sách tương tự chống quấy rối tình dục và bạo lực tình dục và bạo lực trên cơ sở giới (nếu thích hợp).

Khuyến khích doanh nghiệp đưa vào chính sách nội bộ của mình những nội dung sau:

- một cam kết duy trì một môi trường làm việc không có quấy rối, bắt nạt và bạo lực
- quy định rõ hậu quả của việc vi phạm tiêu chuẩn của doanh nghiệp
- một cam kết giải quyết mọi khiếu nại, quy định một cơ chế giải quyết khiếu nại "không trù dập" (VD cơ chế khiếu nại ở cấp hoạt động) và bảo mật danh tính của những người lao động và nhân viên đưa ra khiếu nại.

CÁC KHÁI NIỆM CHÍNH

Quấy rối tình dục - Quấy rối tình dục bao gồm hành vi không được hoan nghênh về giới tính như tiếp xúc thể chất và tán tỉnh, đưa ra nhận xét mang sắc thái tình dục, cho xem nội dung khiêu dâm và bộc lộ nhu cầu tình dục, cho dù bằng lời nói hay hành động. Việc một nạn nhân có cơ sở hợp lý để tin rằng sự phản đối của họ sẽ gây ra cho họ những bất lợi về việc làm, kể cả trong tuyển dụng hoặc đề bạt, hoặc khi nó tạo ra một môi trường làm việc thù địch sẽ bị coi là phân biệt đối xử. Đàn ông, phụ nữ, bé trai và bé gái đều có thể là nạn nhân của quấy rối tình dục.

Bạo lực đối với phụ nữ - Bất kỳ hành động bạo lực nào dựa trên cơ sở giới gây ra hoặc có khả năng hây ra tổn hại hoặc đau khổ về thể chất, tình dục hoặc tâm lý cho phụ nữ và trẻ em gái, kể cả nguy cơ xảy ra các hành động đó, cưỡng bức hoặc tước đoạt tự do tùy tiện, cho dù ở nơi công cộng hoặc trong cuộc sống riêng tư.

Nhận diện các thiệt hại thực tế và tiềm ẩn trong hoạt động của doanh nghiệp và trong chuỗi cung ứng của nó

Bài tập xác định phạm vi

Phụ nữ chiếm số đông trong lực lượng lao động ở nhiều khâu của chuỗi cung ứng hàng may mặc và giày dép. Phụ nữ là những người lao động có thu nhập thấp, lao động nhập cư và/hoặc làm việc ở khu vực phi chính thức đặc biệt dễ có nguy cơ bị quấy rối tình dục và bạo lực tình dục/giới tại nơi làm việc.[46]

Trong phần xác định phạm vi, khuyến khích các doanh nghiệp tìm hiểu về mức độ quấy rối tình dục và bạo lực tình dục/bạo lực trên cơ sở giới ở những quốc gia mà doanh nghiệp hoạt động hoặc sử dụng nguồn cung ứng rộng rãi (tức là ngoài nơi làm việc). Tuy nhiên, việc xác định quấy rối tình dục và bạo lực trên cơ sở giới có thể đặc biệt khó do thiếu dữ liệu đáng tin cậy ở cấp quốc gia và cấp ngành. Trong bối cảnh này, đánh giá dựa trên tài liệu có thể là chưa đủ. Do đó, doanh nghiệp nên nỗ lực một cách thiện chí để nhận diện xem quốc gia nào nơi doanh nghiệp sử dụng nguồn cung có nguy cơ cao về quấy rối tình dục và bạo lực tình dục/bạo lực trên cơ sở giới. Khi có khoảng trống về thông tin, khuyến khích doanh nghiệp tham khảo ý kiến của các bên liên quan và/hoặc các chuyên gia trên thực địa. Ví dụ, doanh nghiệp có thể làm việc với xã hội dân sự hoặc các tổ chức công đoàn để tổ chức một loạt các

[46] Cruz, A. và Klinger, A. (2011).

thảo luận nhóm tập trung với người lao động và tham vấn công đoàn và các tổ chức đại diện do người lao động tự lựa chọn, xã hội dân sự, chính phủ, v.v. Doanh nghiệp cần biết trong nhiều bối cảnh, các chuẩn mực văn hóa có thể hạn chế phụ nữ và nam giới thảo luận hoặc chia sẻ kinh nghiệm của mình về quấy rối tình dục và bạo lực tình dục/bạo lực trên cơ sở giới. Vì vậy, khuyến khích các doanh nghiệp hợp tác với các chuyên gia được đào tạo bài bản để khuyến khích người lao động và/hoặc các thành viên cộng đồng tham gia thảo luận về những vấn đề này.

Trong bối cảnh quấy rối tình dục, các doanh nghiệp cần giả định rằng nếu quấy rối tình dục là một nguy cơ cao ở một địa bàn tìm nguồn cung ứng cụ thể, thì đó cũng là một nguy cơ cao tại nơi làm việc.

Bảng 10. Quấy rối tình tục và Bạo lực tình dục và bạo lực trên cơ sở giới

Yếu tố rủi ro	Các nội dung cần mà ngành cần cân nhắc
Việc làm thu nhập thấp Người lao động làm công việc có thu nhập thấp thường dễ bị tổn thương hơn trước các ưu đãi tình dục để đổi lấy cơ hội việc làm	Ở nhiều khâu trong lĩnh vực may mặc và giày dép, người lao động chủ yếu là phụ nữ và trẻ em gái, thu nhập rất thấp.
Công việc bấp bênh Người lao động làm các công việc bấp bênh thường dễ bị đòi hỏi về tình dục để đổi lấy cơ hội việc làm.	Ở nhiều khu vực nguồn cung, các hợp đồng lao động ngắn hạn là rất phổ biến. Điều này đặc biệt đúng đối với ngành sản xuất và nông nghiệp (nghĩa là nguyên liệu thô).
Trẻ em và thanh thiếu niên ở nơi làm việc Trẻ em và thanh thiếu niên ở nơi làm việc dễ bị quấy rối tình dục và bạo lực tình dục/bạo lực trên cơ sở giới hơn.	Lĩnh vực may mặc và giày dép thường tuyển dụng lao động trẻ em và thanh thiếu niên.
Cơ hội thăng tiến hạn chế Ở những nơi lực lượng lao động chủ yếu là nữ nhưng lại đảm nhất rất ít các vị trí có quyền quyết định, thì phụ nữ rất dễ phải chịu quấy rối tình dục tại nơi làm việc. Tương tự, người lao động dễ bị tổn thương trong những tình huống mà các giám sát dây chuyền chủ yếu là nam giới và chịu trách nhiệm báo cáo năng suất lao động của từng công nhân và cũng là những người chuyên báo cáo tình trạng vắng mặt, đi trễ và hạnh kiểm của công nhân. Trong bối cảnh này, những người giám sát hoàn toàn có thể tác động để đưa ra các yêu cầu tình dục.	Thông thường phụ nữ chiếm phần lớn lực lượng lao động có trình độ thấp trong các nhà máy may mặc và giày dép và đảm nhiệm rất ít vị trí quản lý hoặc giám sát.
Thay thế lao động ở mức cao Ở những nơi mà tỷ lệ thay thế lao động trẻ là nữ ở mức cao, thì nguy cơ sẽ cao hơn vì người lao động không có một mạng lưới đồng nghiệp đáng tin cậy;	Các nhà máy may mặc và giày dép thường phải đối mặt với tỷ lệ thay đổi nhân viên rất cao.
Khoảng cách tới nơi làm việc Nơi làm việc cách xa nơi người lao động sinh sống có thể làm tăng nguy cơ bị quấy rối tình dục và bạo lực đối với người lao động khi họ đi làm về.	Các khu chế xuất thường nằm xa nơi ở của công nhân.

Ở tại chỗ làm	
Lao động trẻ là nữ và chưa kết hôn thường sống trong các nhà trọ tại nơi làm việc do cán bộ nam quản lý. Trong bối cảnh này, các lao động trẻ đặc biệt dễ bị quấy rối tình dục và bạo lực tình dục/bạo lực trên cơ sở giới	Việc sử dụng nhà trọ làm nơi ở cho công nhân là một thông lệ phổ biến trong ngành dệt may và giày dép ở nhiều nước
Nhóm thiểu số dễ bị tổn thương, kể cả lao động nhập cư	
Các nhóm thiểu số, bao gồm thiểu số về dân tộc, tôn giáo và đẳng cấp, thường dễ bị quấy rối và bạo lực hơn nhiều do họ ở "địa vị thấp". Nhóm thiểu số cũng có thể khó khăn hơn khi tiếp cận các cơ chế giải quyết khiếu nại. Người lao động nhập cư thường thiếu mạng lưới những người mà họ có thể tin tưởng và tìm kiếm sự giúp đỡ. Họ cũng thường thiếu thông tin về cơ quan sẽ tiếp nhận và xử lý các trường hợp quấy rối hoặc bạo lực.	Phụ nữ thiểu số dễ bị tổn thương ở mọi khâu của ngành sản xuất hàng may mặc và giày dép. Người lao động nhập cư thường được tuyển dụng để sản xuất và thu hoạch bông. Ở nhiều nước, sản xuất hàng may mặc và giày dép phụ thuộc nhiều vào lao động nhập cư trong nước và quốc tế. Trong một số bối cảnh, lao động nhập cư quốc tế chiếm tới 75% lực lượng lao động.

Đánh giá bên cung ứng

Nếu chỉ thông qua đánh giá, rất khó có thể nhận diện được các vụ quấy rối tình dục cụ thể tại nơi làm việc. Người lao động có thể sợ bị trả thù hoặc có thể không hiểu thế nào là quấy rối tình dục và bạo lực tình dục và bạo lực trên cơ sở giới. Doanh nghiệp nên tìm hiểu những nội dung sau khi đánh giá bên cung ứng:

- Mức độ mà người lao động hiểu về những yếu tố cấu thành hành vi quấy rối và bạo lực.
- Các biện pháp mà nhà cung cấp đã thực hiện để ngăn chặn quấy rối tình dục tại nơi làm việc.
- Liệu nhà cung cấp đã thiết lập cơ chế khiếu nại ở cấp hoạt động chưa và nếu có, cơ chế đó đáp ứng các yêu cầu cốt lõi ở mức nào. Xem Bảng 8. Khả năng ẩn danh, khả năng gửi khiếu nại thông qua các điểm tiếp cận, ít nhất một trong số đó phải là cấp phi quản lý và nguyên tắc bảo mật có ý nghĩa rất quan trọng liên quan tới các hành vi lạm dụng tình dục và bạo lực trên cơ sở giới/tình dục vì sự lo sợ bị trả thù ở mức rất cao[47].

Phỏng vấn người lao động và thảo luận nhóm tập trung là những nội dung quan trọng trong đánh giá bên cung ứng. Khuyến khích các doanh nghiệp lấy ý kiến đóng góp từ các tổ chức công đoàn và đại diện của người lao động.

Ở nhiều nền văn hóa, phụ nữ và nam giới không cảm thấy thoải mái khi thảo luận về quấy rối tình dục hoặc bạo lực tình dục/bạo lực trên cơ sở giới. Do đó, các doanh nghiệp nên làm việc cùng các chuyên gia địa phương (VD các tổ chức xã hội dân sự) để điều chỉnh nội dung đánh giá sao cho phù hợp với bối cảnh. Doanh nghiệp cũng nên cân nhắc xem liệu có nên sử dụng phụ nữ để đi đánh giá cho phù hợp không. Trong trường hợp có nhiều nguy cơ trẻ em bị quấy rối hoặc lạm dụng tình dục, những người thực hiện đánh giá cần được đào tạo để tương tác với trẻ em theo cách không gây tổn hại.

Hiểu về bối cảnh địa phương

Khi nỗ lực để tìm hiểu bối cảnh hoạt động theo Phần 3.3, khuyến khích doanh nghiệp xác định các cơ chế khiếu nại tư pháp và phi tư pháp độc lập có sẵn ngoài cơ chế khiếu nại ở cấp hoạt động trong doanh nghiệp mà người lao động có thể tiếp cận.

[47] Đôi khi, người chịu trách nhiệm bảo vệ người lao động lại chính là người khơi mào việc quấy rối tình dục. Người gây hấn có thể là cán bộ quản lý, đồng nghiệp hoặc thậm chí là công đoàn viên.

Ngăn ngừa và giảm thiểu thiệt hại trong hoạt động của chính doanh nghiệp và trong chuỗi cung ứng của doanh nghiệp

Chấm dứt, ngăn ngừa hoặc giảm thiểu thiệt hại trong hoạt động của chính doanh nghiệp

Đào tạo và thiết lập các cơ chế khiếu nại ở cấp hoạt động là thành phần cốt lõi của mọi kế hoạch hành động khắc phục (CAP). Người lao động thường không nhận thức được các yếu tố cấu thành quấy rối tình dục và bạo lực tình dục/bạo lực trên cơ sở giới[48]. Vì thế việc đào tạo cần tập trung nâng cao nhận thức của người lao động về các yếu tố cấu thành quấy rối và bạo lực và phải thông tin cho họ về các quy trình có sẵn (nếu có) để họ thực hiện trong trường hợp muốn khiếu nại về các hành vi đó tại nơi làm việc hoặc ngoài công sở. Việc đào tạo nên tập trung vào đối tượng phụ nữ và nam giới, công nhân, các cán bộ giám sát, đội ngũ quản lý và những người có chức vụ khác. Sự tham gia của người lao động và công đoàn và các tổ chức đại diện do chính người lao động lựa chọn là rất quan trọng để thực hiện các giải pháp phù hợp với bối cảnh địa phương.

Ngoài ra, một CAP có thể bao gồm, nhưng không giới hạn, ở những cấu phần sau:

- thành lập các nhóm đồng đẳng tại nơi làm việc để giúp phụ nữ tiếp cận các nguồn lực thích hợp và/hoặc cơ chế khiếu nại
- cung cấp dịch vụ đưa đón đi làm ở những nơi phụ nữ thường bị quấy rối lạm dụng trên đường đi làm/về nhà
- hợp tác với các tổ chức địa phương đang hoạt động vì mục tiêu ngăn chặn quấy rối tình dục và bạo lực tình dục/bạo lực trên cơ sở giới tại cộng đồng để cung cấp các khóa đào tạo, nguồn lực, v.v ....
- lồng ghép các nội dung đào tạo này vào các buổi định hướng tuyển dụng mới cho công nhân và các cán bộ giám sát.

Trong những bối cảnh có nguy cơ cao, khuyến khích doanh nghiệp hỗ trợ các nhà cung cấp của mình hình thành các biện pháp ngăn chặn quấy rối tình dục và bạo lực tình dục/bạo lực trên cơ sở giới tại nơi làm việc.

Theo dõi

Xác minh, theo dõi và xác nhận tiến độ thẩm định và hiệu quả thẩm định trong hoạt động của chính doanh nghiệp

Trong khi duy trì tính bảo mật, doanh nghiệp vẫn phải đối chiếu hồ sơ về các loại hình, kiểu và tỷ lệ các vụ việc quấy rối và bạo lực diễn ra dưới mọi hình thức ở nơi làm việc của mình. Chúng tôi khuyến nghị nên thu thập dữ liệu về tất cả các sự cố, từ nhỏ đến nguy cơ xảy ra sự cố tiềm ẩn, và phải phân tách các dữ liệu đó theo độ tuổi và giới tính.

Trong phạm vi có thể, doanh nghiệp cần đảm bảo rằng các hành động mà mình đã hoặc đang thực hiện thực sự có tác dụng ngăn ngừa hành vi quấy rối tình dục trong hoạt động của doanh nghiệp. Doanh nghiệp có thể tìm cách theo dõi tình hình, ví dụ bằng các khảo sát đơn giản, trao đổi với đồng nghiệp hoặc các hình thức khác thu hút người lao động, chẳng hạn:

- mức độ hiểu biết của người lao động về các yếu tố cấu thành quấy rối tình dục và bạo lực tình dục/bạo lực trên cơ sở giới, và hậu quả của việc vi phạm chính sách của doanh nghiệp về vấn đề này;
- mức độ hiểu biết của người lao động về địa chỉ và phương thức báo cáo các hành vi quấy rối tình dục, bạo lực hoặc đe dọa bạo lực và sự yên tâm của người lao động về việc không bị trả

[48] Trong một nghiên cứu được tiến hành ở Cộng hòa Dominica, những người được phỏng vấn đã rất ngạc nhiên khi biết rằng những hành vi mà họ thường xuyên gặp phải ở nơi làm việc lại bị coi là hành vi quấy rối và họ cần phải có phản ứng đối với các hành vi đó. Ngay cả những người vốn rất quan với thuật ngữ này cũng có những cách hiểu khác nhau về nội hàm của nó cũng như những gì họ được luật pháp bảo vệ. Xem Pantaleón, L. & Laboral Dominicana F. (2003), "Chiến dịch vì Quyền của những nười phụ nữ đi làm, Quấy rối Tình dục tại các khu chế xuất ở Cộng hòa Dominica", Quỹ Quốc tế vì Quyền lao động

thủ khi làm như vậy (tức là các kênh khiếu nại thay thế khác);

- mức độ niềm tin của người lao động vào việc ban giám đốc sẽ hoặc đã có phản ứng thích hợp đối với những báo cáo sự cố của họ.

Xác minh, theo dõi và xác nhận tiến độ thẩm định và hiệu quả thẩm định trong chuỗi cung ứng của doanh nghiệp

Việc xác nhận rằng quấy rối tình dục đang được ngăn chặn trong chuỗi cung ứng của doanh nghiệp là một nhiệm vụ đầy thách thức. Doanh nghiệp nên thường xuyên theo dõi các nhà cung cấp của mình để xác minh rằng họ đang thực hiện các kế hoạch hành động khắc phục và lồng ghép các kế hoạch đó vào các hệ thống hiện có. Ngoài việc xác minh, khuyến khích doanh nghiệp hợp tác với các nhà cung cấp, người lao động, công đoàn và các tổ chức đại diện mà người lao động lựa chọn để đánh giá tính hiệu quả của các biện pháp hành động khắc phục. Ví dụ, doanh nghiệp có thể đánh giá kết quả tổng hợp từ các cuộc khảo sát người lao động mà mình tiến hành cùng các nhà cung cấp hoặc có thể tiến hành các cuộc thảo luận nhóm tập trung định kỳ cho người lao động của các nhà cung cấp trong cùng một địa bàn cung ứng để xác định xem các biện pháp phòng ngừa (VD đào tạo) có tác dụng ngăn chặn hành vi quấy rối tại nơi làm việc hoặc có cần nỗ lực hơn nữa hay không.

Chủ động hoặc hợp tác để khắc phục khi phù hợp

Trong một số bối cảnh, quấy rối tình dục và bạo lực tình dục/bạo lực trên cơ sở giới bị coi là các tội phạm cần được báo cáo cho các cơ quan chức năng.

Như đã đề cập ở trên, điều quan trọng là các cơ chế khiếu nại cấp hoạt động phải tạo điều kiện cho người lao động có thể báo cáo các hành vi quấy rối, bạo lực hoặc đe dọa bạo lực:

- mà không sợ bị trả thù hoặc bị chỉ trích;
- tới các địa chỉ ngoài công ty/doanh nghiệp và đại diện công đoàn;
- ẩn danh và bí mật.

Thừa nhận rằng trẻ em có thể là nạn nhân của quấy rối tình dục hoặc bạo lực tình dục/bạo lực trên cơ sở giới, phải đảm bảo rằng ở những nơi có sử dụng trẻ em, cơ chế khiếu nại phải dễ tiếp cận đối với cả những người có thể khiếu nại thay mặt trẻ.

Hộp 10. Phân biệt đối xử và phân biệt đối xử dựa trên giới tính

Phân biệt đối xử được định nghĩa trong Công ước số 111 của ILO là bất cứ sự phân biệt loại trừ hoặc ưu đãi dựa trên chủng tộc, màu da, giới tính, tôn giáo, chính kiến, dòng dõi dân tộc hoặc nguồn gốc xã hội (và các đặc điểm khác), "có tác động triệt bỏ hoặc làm phương hại sự bình đẳng về cơ may hoặc về đối xử trong việc làm hoặc nghề nghiệp"

Phân biệt đối xử dựa trên giới tính được định nghĩa trong Công ước về Xóa bỏ mọi hình thức phân biệt đối xử với Phụ nữ là bất kỳ sự phân biệt, loại trừ hay hạn chế nào được đề ra dựa trên cơ sở giới tính, mà có tác dụng hoặc nhằm mục đích làm tổn hại hoặc vô hiệu hóa việc phụ nữ, bất kể tình trạng hôn nhân của họ như thế nào, được công nhận, hưởng thụ hay thực hiện các quyền con người và tự do cơ bản. Điều này cũng áp dụng với những tình huống không chủ định tạo nên sự phân biệt. Việc đối xử giống nhau hoặc khách quan giữa phụ nữ và nam giới có thể tạo thành sự phân biệt đối với phụ nữ, nếu như việc đối xử đó dẫn đến hoặc khiến cho người phụ nữ bị từ chối không thể thực hiện được quyền của mình vì những bất lợi và bất bình đẳng trên cơ sở giới mà phụ nữ phải đối mặt không được công nhận.

Mô-đun này đưa ra các khuyến nghị tiến hành thẩm định các rủi ro liên quan tới quấy rối tình dục và bạo lực tình dục/bạo lực trên cơ sở giới tại nơi làm việc, cả hai đều bị coi là các hình thức phân biệt. Tuy nhiên, phạm vi của phân biệt đối xử còn hơn cả quấy rối và bạo lực. Hướng dẫn này không nhằm đưa ra khuyến nghị toàn diện về cách thực hiện thẩm định đối với các chính sách hoặc thông lệ có tính phân biệt đối xử. Tuy nhiên, thừa nhận rằng việc phân biệt đối xử thường liên quan đến tiền lương, an toàn và sức khỏe nghề nghiệp và thời gian làm việc, nên một số nội dung cân nhắc về cách thức nhận biết, ngăn ngừa và giảm thiểu việc phân biệt đối xử trong những tình huống này đã được lồng ghép vào những mô-đun có liên quan. Nhận thấy sự phổ biến của tình trạng phân biệt đối xử trong ngành, các doanh nghiệp cần đưa ra cam kết không phân biệt đối xử dựa trên chủng tộc, màu da, giới, tôn giáo, quan điểm chính trị, dòng dõi dân tội, nguồn gốc xã hội hoặc giới tính, (trong số các đặc điểm khác) trong vận hành và hoạt động của doanh nghiệp. Các doanh nghiệp cũng nên tìm cách nhận diện, ngăn ngừa và giảm thiểu các chính sách hoặc thông lệ phân biệt đối xử trong hoạt động của chính họ và trong chuỗi cung ứng của mình.

Dưới đây là một số ví dụ về các chính sách và thực tiễn phân biệt đối xử:

- Người lao động mang thai phải ký hợp đồng ngắn hạn, và hợp đồng chấm dứt trước thời điểm họ được hưởng chế độ thai sản theo luật địa phương
- Phép thử về việc mang thai là một điều kiện tuyển dụng
- Lao động nhập cư hưởng mức lương khác với lao động giúp việc gia đình
- Người lao động bị hỏi trực tiếp hoặc gián tiếp về tình trạng nhiễm HIV của họ.

Xác định hình thức chế tài phù hợp

Nói chung, người sử dụng lao động nên chủ động hoặc đóng góp vào việc quy định biện pháp khắc phục hậu quả cho nạn nhân của quấy rối tình dục và bạo lực tình dục/bạo lực trên cơ sở giới[49]. Trong một số bối cảnh, luật pháp có thể quy định về trách nhiệm của người sử dụng lao động quy định về các biện pháp khắc phục thông qua nghĩa vụ thay mặt.

Đối với các sự cố quấy rối tình dục và bạo lực tình dục/bạo lực trên cơ sở giới, theo khuyến nghị chung nên kết hợp tư vấn chuyên môn như là một trong các phương án phản ứng sau sự cố. Một số nạn nhân, đặc biệt là trong trường hợp bạo lực, có thể cần hỗ trợ lâu dài. Tùy thuộc vào tình huống cụ thể, sự hỗ trợ đó có thể bao gồm việc gặp gỡ để lấy ý kiến chuyên môn mở rộng[50].

Các chuẩn mực và văn kiện quốc tế được lựa chọn

- Công ước về chế độ đãi ngộ công bằng, 1951 (No. 100)
- Công ước về Phân biệt đối xử (trong việc làm và nghề nghiệp), 1958 (No. 111)
- Tuyên ngôn 1998 về các Nguyên tắc và Quyền cơ bản tại nơi làm việc (ILO)
- Tuyên bố về Xóa bỏ Bạo lực đối với Phụ nữ, do Đại hội đồng LHQ thông qua (A/RES/48/104), New York, 20/12/1993
- Ủy ban Xóa bỏ Bạo lực đối với Phụ nữ, Khuyến nghị Chung số 19, Bạo lực đối với phụ nữ (Phiên họp thứ 11, 1992), U.N. Doc. A/47/38 at 1 (1993), tái bản trong phần Tổng hợp Bình luận và Kiến nghị chung do các Cơ quan Hiệp ước Nhân quyền thông qua, U.N. Doc. HRI/GEN/1/Rev.6 at 243 (2003).
- Công ước về Xóa bỏ mọi hình thức phân biệt đối xử với phụ nữ, New York, 18/12/1979, LHQ
- Công ước Bảo vệ Thai sản, 2000 (No. 183) và các khuyến nghị, 2000 (No. 191).

Tài nguyên

- Chappell, D. và Di Martino, V. (2006), *Bạo lực tại Nơi làm việc*, tái bản lần 3rd, ILO, Geneva.
- Cruz, A. và Klinger, A. (2011), *Bạo lực trên cơ sở giới trong thế giới việc làm: Tổng quan và danh mục có chú thích được lựa chọn*, Tài liệu Làm việc số 3, ILO, Geneva.
- Tham khảo Đầu mối Hỗ trợ của ILO để có thêm thông tin về các chuẩn mực liên quan của ILO.

[49] Trong một số trường hợp, nếu người sử dụng lao động chứng tỏ được rằng họ đã có những biện pháp phù hợp để ngăn chặn quấy rối tình dục và bạo lực trên cơ sở giới, thì có thể giảm bớt phần đóng góp của người sử dụng lao động vào biện pháp chế tài.

[50] Tham khảo Chappell, D. và Di Martino, V. (2006).

Mô-đun 3. Lao động cưỡng bức

Lồng ghép kinh doanh có trách nhiệm vào nội dung chính sách và các hệ thống quản lý doanh nghiệp

Chính sách

Khuyến khích các doanh nghiệp áp dụng chính sách không khoan nhượng đối với việc lao động cưỡng bức trong hoạt động và chuỗi cung ứng của họ. Khuyến khích doanh nghiệp thiết lập các chính sách bổ sung phù hợp với bản chất của rủi ro, ví dụ, doanh nghiệp có thể áp dụng chính sách về sử dụng các cơ quan tuyển dụng tư nhân và hợp đồng phụ nếu liên quan. Xem Hộp 2 để biết thông tin về các chính sách về hợp đồng phụ.

THUẬT NGỮ CƠ BẢN

Lao động cưỡng bức – Công ILO số 29 đưa ra định nghĩa chung được quốc tế công nhận về lao động cưỡng bức, cụ thể là "mọi công việc hoặc dịch vụ mà một người bị ép buộc phải làm dưới sự đe doạ của một hình phạt nào đó và bản thân người đó không tự nguyện làm."

Nhận diện các thiệt hại thực tế và tiềm ẩn trong hoạt động của doanh nghiệp và trong chuỗi cung ứng của nó

Bài tập xác định phạm vi

Lao động cưỡng bức rất phức tạp, tồn tại dưới nhiều hình thức và bản chất là không bộc lộ. Trong bối cảnh này, các doanh nghiệp nên xem xét các hướng dẫn sau khi tiến hành xác định phạm vi của mình.

- Các nhân viên được giao xác định phạm vi rủi ro của lao động cưỡng bức trong hoạt động của doanh nghiệp và trong chuỗi cung ứng của doanh nghiệp đều phải hiểu rõ các yếu tố cấu thành lao động cưỡng bức, phải hiểu về các hình thức lao động cưỡng bức phổ biến, và các chuẩn mực quốc tế[51]. Trong bối cảnh này, doanh nghiệp cần xem xét các yếu tố sau khi làm bài tập xác định phạm vi.
- Khuyến khích các doanh nghiệp tham khảo các báo cáo hiện có của chính phủ, các tổ chức quốc tế và các tổ chức khác đáng tin cậy, kể các tổ chức xã hội dân sự, để xác định những nguyên liệu và quy trình sản xuất liên quan đến lao động cưỡng bức cũng như các khu vực tìm nguồn cung ứng đã được cảnh báo là có nguy cơ cao đối với lao động cưỡng bức.
- Khuyến khích các doanh nghiệp tìm kiếm thông tin từ các bên liên quan, các tổ chức quốc tế, các tổ chức xã hội dân sự và các chuyên gia về những quốc gia có nguy cơ lao động cưỡng bức ở mức cao.
- Khuyến khích các doanh nghiệp cùng toàn ngành hợp tác với các chính phủ, người lao động, các tổ chức quốc tế, các bên liên quan và các tổ chức xã hội dân sự hoạt động trên cơ sở (nếu có liên quan) để xác định các hoạt động và các lĩnh vực có nguy cơ cao về lao động cưỡng bức.
- Việc thiếu dữ liệu đầy đủ và chính xác vẫn là một thách thức trong việc tìm hiểu bản chất, quy mô và phạm vi của lao động cưỡng bức trong lĩnh vực này. Khuyến khích các doanh nghiệp trong toàn ngành xác định những lỗ hổng trong thu thập dữ liệu và phấn đấu cải thiện điều phối và thu thập thông tin.

Bảng 11 trình bày một số ví dụ về Yếu tố Rủi ro yếu tố đối với Lao động Cưỡng bức trong chuỗi cung ứng hàng may mặc và giày dép.

[51] Tham khảo ILO (2015).

Bảng 11.

Các Yếu tố Rủi ro liên quan tới lao động cưỡng bức trong lĩnh vực may mặc và giày dép

Yếu tố Rủi ro	Liên hệ với ngành/lĩnh vực
Lao động cưỡng bức bởi chính Nhà nước Lao động cưỡng bức bởi chính Nhà nước là khi chính chính phủ buộc người dân phải làm việc trong một ngành hay lĩnh vực cụ thể.	*Bông* Ở một số quốc gia, lao động tự do trong ngành sản xuất bông là do nhà nước điều phối. Trong bối cảnh này, chính quyền địa phương cử người lao động trong các doanh tư nhân và nhà nước đi hái bông để đáp ứng hạn ngạch sản xuất bông.
Cơ quan tuyển dụng và việc làm tư nhân Việc sử dụng các nhà tuyển dụng lao động và đại lý của họ có thể tạo ra nhiều lớp ngăn cách giữa người sử dụng lao động và người lao động. Người sử dụng lao động có thể không biết về các hoạt động tuyển dụng của họ, khiến người lao động bị bóc lột[1].	Các cơ quan tuyển dụng và việc làm tư nhân thường được thuê để tuyển dụng cả lao động nhập cư trong nước và quốc tế trong lĩnh vực sản xuất hàng may mặc, giày dép và dệt may. *Vận tải* Người lao động thường được tuyển dụng thông qua các công ty môi giới lao động hoặc đại lý việc làm (VD: Vận tải đường biển). Trong một số bối cảnh, những công việc này được coi là thuận lợi dẫn đến phí tuyển dụng cao và tình trạng mắc nợ.
Các thỏa thuận tín dụng và các khoản nợ Một người cung cấp sức lao động để trả món nợ cho chính mình. Lãi suất thường làm giảm khả năng trả nợ của người đó và các điều khoản thanh toán thường vô thời hạn.	*Bông* Ở một số khu vực cung ứng, việc người nông dân kết thúc một chu kỳ vụ mùa mà không đủ tiền để mua đầu vào cho năm sau đã trở thành phổ biến, dẫn đến việc họ phải đi vay ngày càng nhiều với lãi suất cao. *Chế tạo* Chương trình tín dụng đôi khi được tích hợp vào nội dung các chương trình học việc. Cung cấp tín dụng cũng có thể được sử dụng cho những người lao động nhập cư được thuê qua một cơ quan tuyển dụng/việc làm tư nhân. Trẻ em và thanh thiếu niên cũng có nhiều khả năng được tuyển dụng và khai thác thông qua các chương trình học việc.
Trẻ em và thanh thiếu niên ở nơi làm việc Trẻ em và thanh thiếu niên ở nơi làm việc dễ có nguy cơ bị lao động cưỡng bức hơn.	Trẻ em và thanh thiếu niên thường được tuyển dụng ở mọi khâu của lĩnh vực may mặc và giày dép.
Việc làm của lao động nhập cư Người lao động nhập cư dễ bị tổn thương hơn với một số hình thức lao động cưỡng bức, đặc biệt là những người có tình trạng không bình thường, dễ bị lợi dụng thông qua cưỡng bức. Ví dụ, lao động nhập cư có thể dễ bị ép buộc thông qua việc giữ lại các giấy tờ tùy thân (VD hộ chiếu). Việc giữ các giấy tờ tài liệu này hoặc các tài sản cá nhân khác có giá trị có thể được coi là dấu hiệu của lao động cưỡng bức nếu người lao động không thể chủ động tiếp cận và nếu họ cảm thấy mình mà nghỉ việc thì nguy cơ sẽ bị mất các giấy tờ đó[2]. Lao động nhập cư có thể cũng dễ bị lao động cưỡng bức do các khoản nợ phát sinh liên quan tới phí tuyển dụng phải trả cho các công ty môi giới lao động.[3]	*Bông* Trong một số trường hợp, trẻ em di cư cùng gia đình khi đến làm việc trong các đồn điền trồng bông. Tuy nhiên, mặc dù trẻ em có thể tự nguyện di cư nhưng chúng có thể bị bóc lột khi đến nơi. *Chế tạo* Ở nhiều quốc gia, lĩnh vực may mặc và giày dép phụ thuộc rất nhiều vào các công nhân nhập cư trong nước và quốc tế. Trong một số bối cảnh, lao động nhập cư quốc tế chiếm tới 75% lực lượng lao động.

Nhà trọ cho người lao động tại nơi làm việc Người lao động làm việc tại chỗ có nguy cơ phải ở lại chỗ làm hoặc ở tại các cơ sở do chủ sử dụng lao động vận hành ngoài giờ làm việc.[4]	Việc sử dụng nhà trọ để làm nơi ở cho công nhân là rất phổ biến ở nhiều nền kinh tế xuất khẩu hàng may mặc và giày dép.
Lao động tù nhân Công việc không tự nguyện do các tù nhân chưa bị kết án tại tòa thực hiện và không được giám sát bởi các cơ quan công quyền sẽ được coi là lao động cưỡng bức. Tương tự, công việc không tự nguyện do tù nhân thực hiện vì một cam kết cá nhân cũng được coi là lao động cưỡng bức.[5]	Ở một số quốc gia, người ta sử dụng lao động tù nhân để sản xuất hàng may mặc bao gồm các hợp đồng may quân phục của liên bang, do đó làm tăng nguy cơ bị cưỡng bức lao động
Thầu phụ Khi không được tính đến, việc sử dụng hợp đồng phụ làm giảm khả năng theo dõi các tiêu chuẩn lao động của nhà cung cấp, do đó làm tăng nguy cơ lao động cưỡng bức.	Thầu phụ là một thực tế phổ biến trong khâu cắt may và hoàn thiện (VD gia công cho các nhà máy in hoa) trên toàn cầu.
Lao động phi chính thức Người lao động làm việc trong các doanh nghiệp phi chính thức, gồm lao động làm việc tại gia đình và những người ở các vùng nông thôn hẻo lánh về địa lý, được coi là đặc biệt dễ bị lao động cưỡng bức, đặc biệt là lao động cưỡng bức vì nợ[6].	Việc làm phi chính thức phổ biến ở hầu hết các khâu trong chuỗi cung ứng may mặc và giày dép. Tỷ lệ lao động thời vụ phi chính thức trong hoạt động thu hoạch bông thường rất cao. Lao động phi chính thức đặc biệt phổ biến ở giai đoạn khâu da và các công việc thủ công phức tạp, chẳng hạn như thêu và đính cườm.
Áp lực sản xuất Người lao động làm việc trong các ngành thâm dụng lao động với các hạn ngạch sản xuất và các đơn đặt hàng dao động có thể có nguy cơ bị buộc phải làm thêm giờ	Thời gian làm thêm giờ quá mức thường xảy ra ở khâu hoàn thiện mặt hàng may mặc và giày dép. Mặc dù không phải mọi trường hợp làm thêm giờ đều bị coi là lao động cưỡng bức; nhưng lao động cưỡng bức bị coi là xảy ra nếu người lao động bị bắt làm thêm giờ và số giờ làm thêm vượt quá giới hạn hàng tuần hoặc hàng tháng mà luật pháp cho phép, bất kể lý do của việc làm thêm giờ đó là gì[6].

1. Xem Bộ ngoại giao Hoa Kỳ (2015).
2. Xem ILO (2015).
3. Lao động cưỡng bức do mắc nợ thường được gọi là lệ thuộc vì nợ.
4. Người lao động không nên bị giam hãm, bỏ tù hoặc bị cầm chân dưới bất kỳ hình thức nào tại nơi làm việc hoặc ở các cơ sở nhà trọ của người sử dụng lao động, trong hoặc ngoài giờ làm việc. Nghiêm cấm đặt ra các hạn chế trái phép đối với quyền tự do đi lại của người lao động. Xem ILO (2015).
5. Nhìn chung, lao động của người lao động ở trong tù không bị coi là lao động cưỡng bức theo luật quốc tế. Tuy nhiên, các trường hợp nêu trong Bảng 11 bị coi là lao động cưỡng bức. Vì thế, lao dọng nhà tù phauir luôn được coi là một nguy cơ lao động cưỡng bức. Việc quy định và thi hành luật pháp của một quốc gia sẽ góp phần làm gia tăng hoặc giảm bớt nguy cơ này. Xem (2015), Đấu tranh với Lao động cưỡng bức: Sổ tay dành cho người tuyển dụng lao động và doanh nghiệp, tra cứu ILO để có thêm thông tin.
6. Xem ILO (2015).
6. Nguồn: chủ yếu phỏng theo: Verité (2015), "Củng cố các biện pháp bảo vệ chống lại nạn buôn người trong các chuỗi cung ứng của công ty và liên bang" Amherst; Chiến dịch (Quần áo sách 2009), "Thất hứa, Lao động nhập cư trong Tài liệu thảo luận cia ngành may mặc toàn cầu", Amsterdam.

Đánh giá bên cung ứng

Khuyến khích các doanh nghiệp căn cứ vào các hướng dẫn hiện có của các tổ chức đáng tin cậy về đánh giá lao động tự do, trong đó các nội dung đánh giá phải cân nhắc các yếu tố dưới đây.

- Thừa nhận rằng lao động cưỡng bức có nhiều hình thức, cần điều chỉnh nội dung đánh giá sao cho phù hợp với bối cảnh nguồn cung ứng hoặc cụm sản xuất và phù hợp với những rủi ro lao động cưỡng bức cụ thể. Ví dụ:
    - Trong những bối cảnh thường có các chương trình học nghề, đánh giá bên cung ứng phải tính đến những rủi ro lao động cưỡng bức đặc thù (VD việc tự do đi lại) liên quan đến các chương trình đó ở khu vực đó.
    - Trong trường hợp có sử dụng cơ quan tuyển dụng tư nhân, doanh nghiệp nên mở rộng phạm vi đánh giá sang cả các cơ quan tuyển dụng và/hoặc nên kết hợp đánh giá cả hoạt động thẩm định của nhà cung cấp đối với các cơ quan tuyển dụng đó, nếu thích hợp.
    - Trong trường hợp các nhà cung cấp sử dụng lao động nhập cư, đánh giá bên cung ứng nên bao gồm cả các hình thức lao động cưỡng bức đặc thù đối với lao động nhập cư, chẳng hạn việc giữ tài liệu giấy tờ của người di cư nước ngoài.
- Thừa nhận rằng cách làm truyền thống là đánh giá tài liệu giấy tờ là không đủ để xem xét vấn đề lao động cưỡng bức, đánh giá bên cung ứng nên dựa vào hình thức phỏng vấn với người lao động, đội ngũ quản lý và các bên khác có lợi ích liên quan.
- Doanh nghiệp cần lưu ý rằng một số người lao động có thể không dám trả lời trung thực các câu hỏi liên quan đến lao động cưỡng bức vì sợ, và cần áp dụng các biện pháp thích hợp, chẳng hạn thực hiện đánh giá ngoài cơ sở làm việc hoặc sử dụng các phương pháp đánh giá phi truyền thống như thảo luận nhóm tập trung và phương pháp đánh giá có sự tham gia.
- Trong trường hợp lao động cưỡng bức có liên quan đến các quy trình sản xuất thượng nguồn (VD: trồng bông), doanh nghiệp phải chứng minh rằng các nhà cung cấp thượng nguồn đã được đánh giá. Xem Hộp 3.

Chấm dứt, ngăn ngừa hoặc giảm thiểu thiệt hại trong hoạt động của chính doanh nghiệp

Cần có sự tham gia sâu rộng của các bên liên quan để xác định các phương pháp thích hợp nhất để ngăn ngừa lao động cưỡng bức. Mô-đun này không đưa ra những hướng dẫn về kỹ thuật để ngăn ngừa lao động cưỡng bức một khi rủi ro đã được nhận diện. Tuy nhiên, khuyến khích các doanh nghiệp áp dụng các khuyến nghị và thông lệ của các tổ chức đáng tin cậy như ILO đưa ra. Trong một số bối cảnh, các tổ chức xã hội dân sự và chính quyền quốc tế, liên bang và địa phương có thể đã có sẵn kế hoạch để giải quyết vấn đề lao động cưỡng bức. Do đó, khuyến khích các doanh nghiệp điều chỉnh chiến lược của mình cho phù hợp với các chiến lược hiện có trên thực tế, nếu có liên quan.

Dưới đây là ví dụ về một số nội dung cần có trong một kế hoạch hành động khắc phục:

- Hỗ trợ công đoàn và các tổ chức đại diện của người lao động nâng cao nhận thức của người lao động về quyền của họ liên quan đến hợp đồng, giờ làm việc, quyền tự do đi lại, v.v ....
- Xây dựng các chương trình đào tạo phù hợp cho cấp quản lý và nhân viên phụ trách việc thuê tuyển nhân công về các tiêu chuẩn quốc gia và quốc tế liên quan tới lao động cưỡng bức và quan trọng hơn cả là về các chính sách và quy trình ngăn ngừa lao động cưỡng bức của doanh nghiệp.
- Xây dựng quy trình sơ tuyển cho các cơ quan tuyển dụng tư nhân (nếu có).
- Hỗ trợ quyền thành lập hoặc tham gia công đoàn để đảm bảo mục tiêu thương lượng tập thể ở nơi làm việc và trong chuỗi cung ứng của doanh nghiệp. Công đoàn đóng vai trò trung tâm trong việc giám sát và ngăn chặn lao động cưỡng bức. Xem Mô-đun 6.

Tìm cách ngăn ngừa hoặc giảm thiểu thiệt hại trong chuỗi cung ứng của doanh nghiệp

Doanh nghiệp nên áp dụng các biện pháp phù hợp với hoàn cảnh địa phương. Dưới đây là các biện pháp được khuyến nghị.

- Khuyến khích các doanh nghiệp tạm dừng các đơn hàng (kể cả trong trường hợp lao động cưỡng bức được Nhà nước bảo trợ) nếu đã xác định được tình trạng lao động cưỡng bức cho đến khi có biện pháp được áp dụng để ngăn chặn tình trạng lao động cưỡng bức.
- Khuyến khích các doanh nghiệp ngăn ngừa lao động cưỡng bức trong chuỗi cung ứng của mình bằng cách nâng cao năng lực cho các nhà cung ứng thông qua:
  - nâng cao nhận thức của nhà cung cấp về lao động cưỡng bức, kể cả yếu tố cấu thành lao động cưỡng bức.
  - hỗ trợ nhà các nhà cung ứng thực hiện kế hoạch hành động khắc phục
  - hỗ trợ các nhà cung cấp nâng cao hiệu quả sản xuất, để qua đó giải quyết động lực kinh doanh của việc sử dụng lao động giá rẻ.
- Doanh nghiệp nên phát triển các mô hình định giá có tính tới chi phí tiền lương, lợi ích và các khoản đầu tư cho việc làm tử tế. Những nội dung này cần được phản ánh trong giá tại cửa khẩu nước ngoài (FOB) ngoài những yếu tố giá cả truyền thống khác như số lượng mua, chi phí nguyên vật liệu, yêu cầu kỹ năng, v.v .... Xem Hộp 4.
- Nếu doanh nghiệp nhận thấy lao động cưỡng bức ở một khía cạnh nào đó có thể liên quan đến thành phẩm của mình (và có thể biết hoặc không biết cách ngăn ngừa điều đó), khuyến khích doanh nghiệp nâng cao nhận thức ở cấp ngành và mời các doanh nghiệp khách trong ngành tham gia để cùng nhau ngăn ngừa lao động cưỡng bức.
- Các hiệp hội ngành có thể tìm tiến hành các cuộc tham vấn có tổ chức với công đoàn và các bên liên quan để đảm bảo một cách tiếp cận tổng thể và có phối hợp để giải quyết vấn đề lao động cưỡng bức ở cấp ngành.
- Nhận thấy rằng trong một số trường hợp lao động cưỡng bức là hiện tượng phổ biến ở nhiều lĩnh vực, khuyến khích các doanh nghiệp hợp tác với các lĩnh vực khác ở một quốc gia hoặc khu vực để hỗ trợ thực hiện một chiến lược phối hợp. Điều này cũng làm giảm nguy cơ lao động cưỡng bức chuyển từ lĩnh vực này sang lĩnh vực khác.
- Nhận thấy rằng trong một số trường hợp cần phải có một phương pháp tiếp cận đa bên để giải quyết thỏa đáng vấn đề lao động cưỡng bức và tác động của chúng, khuyến khích các doanh nghiệp cung cấp dữ liệu tổng hợp và các phát hiện cấp cao cho các tổ chức về quyền con người địa phương và quốc tế, và các tổ chức quốc tế (nếu phù hợp). Các doanh nghiệp cũng nên tìm cách lồng ghép vào các sáng kiến hiệu quả hiện có để giảm nguy cơ trùng lặp.
- Trong trường hợp lao động cưỡng bức được Nhà nước bảo trợ, ví dụ thông qua các khung quy định và/hoặc trong trường hợp nhà nước không thực hiện hiệu quả nghĩa vụ bảo vệ của mình đối với lao động cưỡng bức, doanh nghiệp nên cân nhắc tham gia trực tiếp cùng chính phủ hoặc thông qua các sáng kiến hợp tác để chuyển tải cam kết ngăn chặn lao động cưỡng bức trong chuỗi cung ứng của mình. Xem phần 3.2.6 để có thêm thông tin về sự tham gia của chính phủ.

Theo dõi

Xác minh, theo dõi và xác nhận tiến độ thẩm định và hiệu quả thẩm định trong hoạt động của chính doanh nghiệp

Lao động cưỡng bức thường không rõ ràng vì thế rất khó xác định. Nếu chỉ tiến hành duy nhất đánh giá tại chỗ thì khó có thể thu được những thông tin thỏa đáng để xác định liệu lao động cưỡng bức có thực sự đang được ngăn chặn. Giám sát liên tục hiệu quả là một việc quan trọng cần làm trong quá trình thẩm định các khu vực có nguy cơ cao đối với lao động cưỡng bức, ví dụ thông qua các hệ thống cảnh báo sớm. Doanh nghiệp nên hợp tác với công đoàn, nhà cung cấp và xã hội dân sự để thiết kế một cơ chế giám sát hiệu quả. Bản thân các tổ chức công đoàn có thể đóng vai trò giám sát hiệu quả vấn đề lao động cưỡng bức. Các thành viên của xã hội dân sự và cộng đồng cũng có thể đóng vai trò như những người cung cấp thông tin quan trọng về lao động cưỡng bức. Tuy nhiên, nhận thức của cộng đồng là cần thiết để giám sát ở cấp cơ sở có hiệu quả.

Chủ động hoặc hợp tác để khắc phục khi phù hợp

Nhiều hình thức lao động cưỡng bức bị coi là tội phạm. Doanh nghiệp cần nhận diện (hoặc áp dụng) các cơ chế báo cáo tội cưỡng bức lao động lên cơ quan chức năng. Trường hợp doanh nghiệp gây ra hoặc góp phần gây ra lao động cưỡng bức, doanh nghiệp cần hợp tác với các cơ quan chức năng để đưa ra các hình thức xử lý thích hợp.

Các chuẩn mực và văn kiện quốc tế được lựa chọn

- ILO, Công ước Lao động Cưỡng bức, 1930 (Số 29)
- ILO, Công ước về Xóa bỏ Lao động Cưỡng bức, 1957 (Số 105)
- ILO, Nghị định thư 2014 về Công ước Lao động Cưỡng bức, 1930 và Khuyến nghị (các Biện pháp Bổ sung) về Lao động Cưỡng bức, 2014 (No. 203)

Tài nguyên

- Bộ ngoại giao Hoa Kỳ (2015), *Báo cáo Buôn bán Người 2015,* Washington, D.C.
- Danh mục hàng hóa do Lao động Trẻ em hoặc Lao động cưỡng bức tạo ra, Bộ lao động Hoa Kỳ.
- Verité (2015), "Tăng cường Bảo hộ chống lại nạn buôn người trong các chuỗi cung ứng của công ty và liên bang", Amherst.
- ILO (2015), Đấu tranh với Lao động Cưỡng bức: Sổ tay dành cho Doanh nghiệp và Người tuyển dụng, ILO, Geneva.
- Tham khảo Đầu mối Hỗ trợ của ILO để có thêm thông tin về các chuẩn mực liên quan của ILO.

Mô-đun 4. Thời gian Làm việc

Nhận diện các thiệt hại thực tế và tiềm ẩn trong hoạt động của doanh nghiệp và trong chuỗi cung ứng của nó

Bài tập xác định phạm vi

Đối với nhiều doanh nghiệp hoạt động trong chuỗi cung ứng hàng may mặc và giày dép, nguy cơ làm thêm giờ quá mức cao nhất là ở lĩnh vực sản xuất hàng may mặc và giày dép. Mặc dù, ở một số nước, nguy cơ này có thể cao hơn những nước khác, nhưng việc làm thêm giờ quá mức vẫn phổ biến ở hầu hết các quốc gia cung ứng. Thời gian làm thêm giờ quá mức có thể nhiều lên ở những nơi có tỷ lệ lao động nhập cư cao, tuy nhiên, không nên chỉ sử dụng mỗi chỉ số này để xác định các bối cảnh có nguy cơ cao về làm thêm giờ quá mức.

Đánh giá bên cung ứng

Khuyến khích các doanh nghiệp dựa vào hướng dẫn hiện có của các tổ chức đáng tin cậy về đánh giá thời gian làm việc trong đó các nội dung đánh giá cần kết hợp với các tiêu chí sau.

Doanh nghiệp nên đánh giá sự tuân thủ của nhà cung cấp đối với luật pháp quốc gia và các tiêu chuẩn quốc tế. Cụ thể là, khuyến khích doanh nghiệp đánh giá:

- sự tuân thủ các quy định của pháp luật hoặc của các thỏa thuận thương lượng tập thể về điều kiện và giới hạn làm thêm giờ
- sự tuân thủ các quy định của pháp luật hoặc của các thỏa thuận thương lượng tập thể về nghỉ vì lý do cá nhân, bao gồm nghỉ ốm và nghỉ phép hàng năm
- sự tuân thủ các quy định của pháp luật hoặc của các thỏa thuận thương lượng tập thể về nghỉ thai sản của bố/mẹ, và nghỉ cho con bú[52]. Thời hạn làm việc trong hợp đồng của công nhân mang thai cũng có nguy cơ ngắn hơn để hợp đồng kết thúc trước thời điểm người lao động được hưởng các quyền lợi sinh nở theo luật pháp trong nước.
- Ngoài những điều trên, khuyến khích doanh nghiệp tìm hiểu những yếu tố dẫn tới tình trạng làm việc quá nhiều giờ. Xem ví dụ trong Hộp Box 11.
- Phỏng vấn người lao động nên là một nội dung cốt lõi khi đánh giá bên cung ứng. Những người tiến hành đánh giá phải giảm tối đa nguy cơ người lao động đưa ra những câu trả lời được "phím" trước, ví dụ bằng cách áp dụng các phương pháp phỏng vấn có sự tham gia[53].

Hộp 11. Các yếu tố dẫn tới tình trạng làm việc nhiều giờ tại khâu sản xuất

Có một số yếu tố có thể góp phần gia tăng thời gian làm việc ở khâu sản xuất của chuỗi cung ứng hàng may mặc và giày dép. Ba trong số các yếu tố phổ biến nhất là lương thấp, quy hoạch sản xuất không hiệu quả và các thông lệ mua hàng không tốt.

- **Lương thấp**: khi mà người lao động có mức lương rất thấp, họ có thể thích làm thêm giờ để có thêm thu nhập. Trường hợp này thường xảy ra đối với những người lao động nhập cư có trách nhiệm gửi tiền về nhà cho gia đình của họ.
- **Thông lệ mua hàng không tốt**: Trong một số trường hợp, hành động của các nhà bán lẻ hoặc các thương hiệu lớn có thể góp phần làm tăng thời gian làm việc. Ví dụ thay đổi kiểu mẫu vào phút cuối và quy định thời hạn thực hiện đơn hàng không hợp lý, đặc biệt là đối với các đơn hàng đặt lại. Xem Hộp 4.
- **Kém hiệu quả trong việc lên kế hoạch sản xuất:** Việc đặt hàng quá nhiều, lập kế hoạch sản xuất kém và sản xuất không hiệu quả cũng có thể dẫn đến việc tăng ca quá mức. Đăng ký trước quá nhiều vẫn là một thách thức của ngành này do sự thiếu nhất quán trong các đơn đặt hàng. Các nhà cung cấp sẽ miễn cưỡng không muốn mở rộng năng lực sản xuất vì chưa chắc chắn về việc nhu cầu sẽ luôn cao.

---

[52] Xem Việc làm Tốt hơn, "Tờ 8 của Hướng dẫn, Thời gian làm việc", Trang web Better Work.

[53] Ví dụ, có thể yêu cầu người lao động mô tả thời gian biểu của mình trong một ngày.

Chính vì thế, trong một số trường hợp, các nhà cung cấp chỉ thuê một số lượng hạn chế công nhân lành nghề làm lao động thường xuyên và sau đó dựa vào thời gian làm thêm giờ của họ, dựa vào các công nhân hợp đồng thời vụ và thầu phụ để quản lý các ca làm việc theo yêu cầu.

Ngăn ngừa và giảm thiểu thiệt hại trong hoạt động của chính doanh nghiệp và trong chuỗi cung ứng của doanh nghiệp

Làm thêm giờ quá nhiều là một nguy cơ phổ biến trong toàn ngành. Khuyến khích các doanh nghiệp hợp tác để xác định các giải pháp thiết thực. Dưới đây là ví dụ về một số nội dung của kế hoạch hành động khắc phục (CAP).

- Bước đầu tiên, khuyến khích doanh nghiệp theo dõi số giờ làm việc của mỗi công nhân. Sau đó có thể giao cho đại diện nhân sự chịu trách nhiệm cảnh báo khi có nguy cơ làm thêm giờ quá mức.
- Trong trường hợp lương thấp là yếu tố dẫn đến nhu cầu làm thêm giờ quá mức, doanh nghiệp nên tiến hành thẩm định nội bộ về tiền lương. Xem Mô-đun 7.
- Người lao động cần được đào tạo về các quyền liên quan đến giờ làm việc, làm thêm giờ, nghỉ thai sản và lương thưởng liên quan của mình. Khuyến khích các doanh nghiệp kết hợp nội dung đào tạo này vào các phiên định hướng và tập huấn định kỳ. Công đoàn và các tổ chức đại diện của người lao động có thể đóng vai trò then chốt trong việc đào tạo người lao động.
- Doanh nghiệp nên xây dựng một chính sách chống lại mọi hình thức phân biệt đối xử. Các hành vi phân biệt đối xử đối với phụ nữ mang thai, phụ nữ nhập cư, dân tộc thiểu số và các nhóm đối tượng khác có thể dẫn đến việc trả lương làm thêm giờ, nghỉ thai sản không thỏa đáng v.v....
- Các quy trình hiệu quả hơn, chẳng hạn như thay đổi việc setup và kỹ thuật của hệ thống sản xuất, cũng có thể giúp giảm thời gian làm thêm.

Ngăn ngừa sự đóng góp của doanh nghiệp vào thiệt hại trong chuỗi cung ứng

- Khuyến khích doanh nghiệp hỗ trợ các nhà cung cấp của mình, ví dụ, thông qua hướng dẫn kỹ thuật về cải tiến quy trình sản xuất, nếu phù hợp.
- Trong trường hợp lương thấp là yếu tố dẫn đến nhu cầu làm thêm giờ quá mức, doanh nghiệp nên tiến hành thẩm định nội bộ về tiền lương. Xem Mô-đun 7.
- Xem Hộp 4 về các thông lệ mua hàng có trách nhiệm.

Chủ động hoặc hợp tác để khắc phục khi phù hợp

Xác định hình thức chế tài phù hợp

Thông thường, bồi thường là hình thức khắc phục phù hợp nhất; tuy nhiên, quá trình chủ động khắc phục phải đáp ứng hướng dẫn trong phần 6.3. Khuyến khích các doanh nghiệp xem xét hướng dẫn hiện hành về chế độ bồi thường và hoàn trả cho những người lao động không được trả công xứng đáng cho giờ làm việc của họ. Hình thức khắc phục trong trường hợp người lao động bị từ chối nghỉ việc có thể khó xác định hơn nhưng cần được thống nhất thông qua đối thoại giữa doanh nghiệp và người lao động.

Các chuẩn mực và văn kiện quốc tế được lựa chọn

- Công ước về Giờ làm việc (cho các ngành công nghiệp), 1919 (Số 1)
- Công ước về Thời gian nghỉ hàng tuần (cho các ngành công nghiệp), 1921 (Số 14)
- Công ước về Tuần làm việc 40 tiếng, 1935 (Số 47)
- Công ước về Ngày nghỉ được trả lương (sửa đổi), 1970 (Số 132)
- Khuyến nghị về Giảm giờ làm, 1962 (Số 116)

- Công ước về làm ca đêm, 1990 (Số 171) và Khuyến nghị của Công ước 1990 (Số 178)
- Công ước Bảo vệ Thai sản, 2000 (Số 183) và Khuyến nghị của Công ước, 2000 (Số 191).

Mô-đun 5. Sức khỏe và an toàn nghề nghiệp

Nhận diện các thiệt hại thực tế và tiềm ẩn trong hoạt động của doanh nghiệp và trong chuỗi cung ứng của nó

Bài tập xác định phạm vi

Mỗi khâu trong chuỗi cung ứng của lĩnh vực may mặc và giày dép đều có những rủi ro đặc thù về sức khỏe và an toàn lao động đã được tài liệu ghi lại. Vì vậy khuyến khích các doanh nghiệp tham khảo các báo cáo hiện có để có thông tin về những rủi ro sức khỏe và an toàn đó đã được biết đến cho ngành và phân ngành của mình.

Các Yếu tố Rủi ro đặc thù cho mỗi quốc gia là yếu tố rất quan trọng khi xác định phạm vi của các rủi ro về sức khỏe và an toàn nghề nghiệp. Ví dụ, chất lượng thanh tra, chiều cao của tòa nhà, mức độ quy hoạch đô thị, chất lượng không khí v.v.... ảnh hưởng rất nhiều tới việc phân loại các rủi ro về sức khỏe và an toàn. Dưới đây là các câu hỏi mà một doanh nghiệp có thể cân nhắc khi xác định các Các Yếu tố Rủi ro quốc gia:

- Các quy định và luật pháp về sức khỏe và an toàn nghề nghiệp có được thực thi thỏa đáng không?
- Hoạt động thanh tra được tiến hành bởi các thanh tra nhà nước hay các bên thứ ba, hay cả hai?
- Trong trường hợp các bên thứ ba tiến hành thanh tra, các biện pháp cân bằng và đối trọng nào được quy định đối với các bên này?
- Các yêu cầu về trình độ thanh tra là gì (thanh tra nhà nước và thanh tra độc lập)? Các yêu cầu này so với các chuẩn mực quốc tế như thế nào?
- Nếu thanh tra có vi phạm (ví dụ nhận hối lộ) thì hậu quả mà họ phải chịu là gì và các yêu cầu này có được thực thi không?
- Có khả năng xảy ra hối lộ nào đối với các cuộc thanh tra của chính phủ không?

Đánh giá bên cung ứng

Khuyến khích các doanh nghiệp hợp tác trong phạm vi một khu vực cung ứng (VD: một quốc gia, hoặc một cụm sản xuất) để đánh giá các nhà cung cấp nhằm thúc đẩy tiêu chuẩn chất lượng cao cho việc kiểm tra trong toàn ngành và giảm gánh nặng cho các nhà cung cấp[54]54

- Các rủi ro được đánh giá tại chỗ phải tương ứng với các rủi ro đã được nhận biết tới trong nước và ở mỗi giai đoạn cụ thể trong chuỗi cung ứng. Các đánh giá cũng phải chú trọng tới các rủi ro sức khỏe và an toàn nghề nghiệp có thể ảnh hưởng không cân đối đến một số đối tượng nhất định như trẻ em, phụ nữ có thai hoặc cho con bú. Ví dụ, khi sử dụng hóa chất, mục đích đánh giá phải đảm bảo rằng trẻ em không tham gia thực hiện các công việc nguy hiểm này. Xem Mô-dun 1: Lao động trẻ em để biết thêm thông tin.
- Đối với những rủi ro gây thiệt hại nghiêm trọng:
- Doanh nghiệp phải đảm bảo nhà cung cấp đã được kiểm tra đủ điều kiện theo các tiêu chuẩn quốc gia và quốc tế. Trong một số trường hợp, chỉ cần thanh tra chính phủ là đủ; tuy nhiên, khi mà thanh tra của chính phủ chưa thỏa đáng hoặc không tồn tại, doanh nghiệp nên xác minh liệu nhà cung cấp đã được đánh giá bởi một chuyên gia có trình độ với các bằng cấp liên quan (VD:

[54] Ví dụ, Xem Hiệp ước Bangladesh về An toàn Cháy nổ và Công trình và Liên minh An toàn cho Người lao động của Bangladesh.

một kỹ sư về kết cấu, chuyên gia phòng cháy chữa cháy, kỹ sư điện, chuyên gia an toàn, sức khỏe và môi trường để xử lý hóa chất) hay chưa.

- Đánh giá bên cung ứng dụng phải xác định xem người lao động có cảm thấy mình có quyền từ chối thực hiện một công việc không an toàn và không ngại báo cáo về tai nạn hay không. Để làm được điều này, phải phỏng vấn người lao động trong một bối cảnh mà họ cảm thấy an toàn để trả lời trung thực.
- Các nhóm đánh giá cũng nên khuyến khích sự tham gia của người lao động, công đoàn và các tổ chức đại diện do chính người lao động lựa chọn.
- Đối với những rủi ro không gây tổn hại nghiêm trọng đến con người, cộng đồng hoặc môi trường:
- Đánh giá có thể được thực hiện bởi các chuyên gia được đào tạo, nhưng không nhất thiết phải đánh giá độc lập. Đánh giá phải có sự tham gia của người lao động và/hoặc đại diện của họ kể cả phụ nữ.
- Doanh nghiệp có thể dựa vào các hướng dẫn hiện có về đánh giá bên cung ứng của các tổ chức có uy tín.

Chấm dứt, ngăn ngừa hay giảm thiểu thiệt hại trong hoạt động của chính doanh nghiệp

Doanh nghiệp phải tuân thủ mọi công cụ có liên quan của ILO về An toàn và Sức khỏe, ngay cả ở các quốc gia chưa phê chuẩn chúng.

Doanh nghiệp nên xây dựng một kế hoạch hành động khắc phục (CAP) trong đó chi tiết mọi hành động cần thiết với các mốc thời gian rõ ràng và một kế hoạch tài chính cụ thể sau khi việc kiểm tra cơ sở đã được thông qua bởi cán bộ quản lý cấp trên của cơ sở đó và phải được xây dựng với sự đóng góp của một chuyên gia.

- Trong ngắn hạn, khi sắp xảy ra một mối nguy hiểm nghiêm trọng, cần hành động ngay để bảo vệ người lao động. Trong trường hợp không thể cách ly được mối nguy hiểm đó hoặc nguy cơ tác động, điều này có thể có nghĩa là cần sơ tán mọi người khỏi địa điểm và phải tạm dừng việc sản xuất cho đến khi tòa nhà được xác định là an toàn trở lại.
- Về lâu dài, các nỗ lực phòng ngừa và giảm thiểu liên tục phụ thuộc vào chương trình an toàn và sức khỏe nghề nghiệp và môi trường với các thủ tục được quy định thành văn bản để bảo vệ người lao động, với sự giám sát của người lao động, công đoàn và các tổ chức đại diện do chính người lao động lựa chọn, và ban quản lý. Các chương trình này phải phù hợp với các tiêu chuẩn và hướng dẫn quốc tế.
- Cả các biện pháp trước mắt và các chương trình dài hạn đều cần đi kèm với việc đào tạo nhân viên (kể cả nhân viên kỹ thuật) và ủy ban an toàn công nhân với sự tham gia của đại diện cho người lao động được bầu chọn dân chủ tại cơ sở. Có rất nhiều nội dung hướng dẫn mà người sử dụng lao động có thể sử dụng như đã đề cập ở trên.
- Đối với các nguy cơ gây hại nghiêm trọng (VD: tính toàn vẹn của kết cấu, hoặc an toàn điện và nguy cơ cháy nổ, hóa chất độc hại vv ...) CAP phải được xây dựng cùng với các chuyên gia có trình độ (VD kỹ sư về kết cấu, chuyên gia phòng cháy chữa cháy, kỹ sư điện, an toàn, sức khỏe và chuyên gia môi trường xử lý hóa chất vv ...).
- Khi cơ sở có tuyển dụng trẻ em, CAP phải được thiết kế để giải quyết các rủi ro đặc thù về sức khỏe và an toàn cho trẻ em và nên tính tới mức độ hiểu biết của trẻ về các vấn đề kỹ thuật (VD: liên quan tới các nội dung đào tạo người lao động).

Sự tham gia của người lao động

- Sự tham gia của người lao động là rất quan trọng để ngăn ngừa các thiệt hại về sức khỏe và an toàn nghề nghiệp. Do đó, doanh nghiệp nên thành lập các ủy ban quản lý người lao động. Các ủy ban như vậy có thể tạo điều kiện thuận lợi cho người lao động tham gia.
- Người lao động phải hiểu biết đầy đủ về các mối nguy hiểm trong công việc, bao gồm các mối

nguy hiểm có thể ảnh hưởng không tương xứng đến trẻ em, phụ nữ có thai, phụ nữ cho con bú và các nhóm đối tượng khác. Người lao động phải được phổ biến và đào tạo cần thiết về cách làm việc an toàn và sơ tán trong trường hợp nguy hiểm (VD khi có hỏa hoạn).

- Người lao động phải tham gia đánh giá rủi ro, thiết kế và thực hiện mọi chính sách, chương trình, thủ tục và CAP về sức khỏe và an toàn nghề nghiệp.
- Người lao động nên hiểu rằng họ có quyền từ chối làm những công việc không an toàn hoặc chấm dứt tất cả những công việc được cho là không an toàn mà không lo sợ bị trả thù, với điều kiện phải thực hiện một cách thiện chí. Hơn nữa, không nên để người lao động cảm thấy bị ngăn cản không dám báo cáo các tai nạn vì sợ bị trả thù.
- Người lao động cần có vai trò giám sát liên tục (nếu phù hợp) nguy cơ thiệt hại và cần phải có biện pháp cứu viện là các cơ chế khiếu nại để giải quyết các trường hợp phát sinh nguy cơ gây tổn hại nghiêm trọng và yêu cầu sự tham gia của chuyên gia độc lập có trình độ.

Hợp tác

- Khuyến khích doanh nghiệp hợp tác với nhau – ví dụ, trong cùng một cụm sản xuất – để người lao động và cán bộ quản lý trao đổi thông tin nhằm giám sát thường xuyên việc thực hiện các biện pháp khắc phục. Ví dụ, các doanh nghiệp có thể cùng tổ chức đi thăm cơ sở hoặc thành lập các ủy ban an toàn trong khu vực.

Tìm cách ngăn ngừa hoặc giảm thiểu thiệt hại trong chuỗi cung ứng của doanh nghiệp

- Khi đã nhận diện được mối nguy hiểm tức thời và nguy cấp, doanh nghiệp phải đảm bảo hoạt động sản xuất không diễn ra tại địa điểm sản xuất bị ảnh hưởng cho đến khi mối nguy hiểm tức thời và nguy cấp đó đã được giải quyết thỏa đáng.
- Khuyến khích doanh nghiệp hỗ trợ các nhà cung cấp của mình thực hiện các CAP.
- Doanh nghiệp cần xúc tiến các mô hình định giá có tính đến các yếu tố chi phí tiền lương, lợi ích và các khoản đầu tư vào việc làm tử tế. Những yếu tố này cần được phản ánh trong giá FOB (giao hàng lên tầu) cùng với những yếu tố giá cả truyền thống khác như số lượng mua, chi phí nguyên vật liệu, yêu cầu kỹ năng, v.v.... Xem Hộp 4 về các thông lệ mua hàng có trách nhiệm.
- Trong những trường hợp cần nâng cấp nhà máy:
  - Khuyến khích doanh nghiệp tạo điều kiện tiếp cận nguồn tài chính, bao gồm nhưng không giới hạn ở các khoản đầu tư chung, cung cấp các khoản vay, hỗ trợ tiếp cận các khoản hỗ trợ của nhà tài trợ hoặc của chính phủ và bằng cách đưa ra các ưu đãi kinh doanh, nếu khả thi.
  - Trong trường hợp cả doanh nghiệp và nhà cung cấp đều không thể đảm bảo được nguồn tài chính thích hợp để ngăn ngừa hoặc giảm thiểu tác động bất lợi và/hoặc trong trường hợp việc ngăn ngừa không khả thi, doanh nghiệp nên cân nhắc những rủi ro của việc tiếp tục tham gia và nên chấm dứt quan hệ nếu cần thiết.
  - Chấm dứt quan hệ là một phương án nếu bên cung ứng từ chối ngăn ngừa tác động sau khi các quy trình thủ tục thông báo và cảnh báo đã được thực hiện. Xem phần 3.2.5.

Theo dõi

Đối với các nguy cơ thiệt hại nghiêm trọng:

- Các chuyên gia độc lập có trình độ chuyên môn (VD: kỹ sư kết cấu, chuyên gia phòng cháy chữa cháy, kỹ sư điện, an toàn, sức khỏe và môi trường chuyên xử lý hóa chất) phải theo dõi và đánh giá việc thực hiện CAP và xác minh các hành động khắc phục đã được thực hiện trong khung thời gian đã thỏa thuận.
- Nếu khả thi), người lao động nên tham gia giám sát liên tục nguy cơ thiệt hại. Trong trường hợp người lao động hoặc các bên liên quan khác, có cáo buộc thông qua cơ chế khiếu nại, nhà

cung cấp và doanh nghiệp phải đảm bảo rằng khiếu nại đó phải được một chuyên gia có trình độ kiểm tra kịp thời.

Đối với những rủi ro không gây tổn hại nghiêm trọng đến con người, cộng đồng hoặc môi trường:

- Phương pháp giám sát phải có hệ thống và phải tương ứng với mức độ rủi ro. Về vấn đề này, cần xây dựng một kế hoạch giám sát tại mỗi cơ sở do ban quản lý và người lao động thực hiện.
- Người lao động cần được đào tạo để tham gia thực hiện giám sát liên tục khi thích hợp. Khuyến khích các doanh nghiệp thực hiện các hướng dẫn kỹ thuật hiện hành về casch thức giám sát vấn đề sức khỏe và an toàn nghề nghiệp.

Chủ động hoặc hợp tác để khắc phục khi phù hợp

Khi thích hợp, doanh nghiệp nên chủ động thực hiện biện pháp khắc phục phù hợp với Công ước về Quyền lợi do Thương tật trong Việc làm của ILO. Thông thường, bồi thường là hình thức phù hợp nhất để khắc phục các rủi ro về an toàn và sức khỏe nghề nghiệp. Dưới đây la ví dụ về các nội dung có thể được bồi thường:

- Chi phí chăm sóc y tế và các chi phí liên quan
- Thời gian làm việc bị bỏ lỡ hoặc thu nhập khác bị mất
- Sự đau đớn và những đau khổ khác về thể xác
- Khuyết tật hoặc biến dạng cơ thể vĩnh viễn
- Sự mất mát về trải nghiệm gia đình, xã hội và giáo dục
- Thiệt hại về tinh thần do những điều trên gây ra.

Doanh nghiệp cũng có thể hợp tác với nhau để hình thành các chương trình bảo hiểm hiệu quả cho người lao động.

Hộp 12. **Khuyến nghị dành cho các doanh nghiệp nhỏ và vừa (SMEs)**

Mọi cơ sở bất kể quy mô, vị trí hay các yếu tố khác, đều phải tuân thủ cùng một kỳ vọng chung về sức khỏe và an toàn.

Các doanh nghiệp vừa và nhỏ nói chung có một số đặc điểm gây lo ngại về nguy cơ tai nạn. Ví dụ: nhìn chung họ có cơ cấu hoạt động ít bài bản hơn các doanh nghiệp lớn; họ có xu hướng tuyển dụng ít kỹ sư và chuyên gia an toàn; và họ có xu hướng dựa vào các đối tác kinh doanh và các nguồn lực bên ngoài để có thông tin về các vấn đề sức khỏe và an toàn nghề nghiệp.

Các DNVVN cũng có thể có những điểm mạnh giúp họ đưa ra các khuyến nghị. Ví dụ, họ có thể thực hiện được các thay đổi về quy trình nhanh hơn so với các công ty lớn và họ có thể có nhiều nhiều kênh giao tiếp mở hơn.

Các khuyến nghị dành cho các nhà sản xuất và chế biến là các DNNVV

Cần có cách tiếp cận đa diện để giải quyết các mối quan tâm và hạn chế khác nhau của các DNVVN. Các DNNVV nên cam kết:

- Nhận thức được tầm quan trọng của an toàn như một phần không thể thiếu trong hoạt động kinh doanh của mình và cam kết thực hiện mục tiêu đó
- Chủ động tìm kiếm thông tin về an toàn
- Hợp tác với các cơ quan công quyền và/hoặc các doanh nghiệp khác nhằm mục tiêu cải thiện an toàn
- Cùng các doanh nghiệp khác lập các nhóm phản ứng "hỗ trợ lẫn nhau"
- Tham gia các tổ chức nghề nghiệp

Doanh nghiệp mua hàng và nhà cung cấp (trong đó nhà cung cấp không phải là DNNVV) cần nỗ lực hỗ trợ các DNNVV trong việc giảm thiểu rủi ro tai nạn, nếu cần, thông qua việc cung cấp thông tin, hướng dẫn và hỗ trợ.

Khuyến nghị cho các bên mua hàng là DNNVV

Khuyến khích các DNNVV tham gia các sáng kiến ngành, thỏa thuận với công đoàn và các sáng kiến đa bên để thực hiện Hướng dẫn này, điều này sẽ tạo điều kiện thuận lợi cho cách tiếp cận theo khu vực và cả theo toàn ngành.

Nguồn: Phỏng theo OECD (2003), Các Nguyên tắc Hướng dẫn Phòng ngừa, Chuẩn bị và Ứng phó với Tai nạn Hóa chất, Tổ chức Hợp tác và Phát triển Kinh tế, Paris.

Các chuẩn mực và văn kiện quốc tế được lựa chọn

- ILO, Công ước An toàn và Sức khỏe Nghề nghiệp, 1981 (Số 155)
- Công ước Khung về Khuyến khích về An toàn và Sức khỏe Nghề nghiệp, 2006 (No. 187)
- Công ước về Hóa chất, 1990 (Số 170)

Tài nguyên

- OECD (2003), Các Nguyên tắc Hướng dẫn về Phòng ngừa, Chuẩn bị và Ứng phó Tai nạn Hóa chất, Tổ chức Hợp tác và Phát triển Kinh tế, Paris.
- Bộ Công cụ Đánh giá Rủi ro Sức khỏe Con người của Tổ chức Y tế Thế giới (WHO).
- IFC (2007), Hướng dẫn về Môi trường, Sức khỏe và An toàn trong ngành Sản xuất Dệt may, Tổ chức Tài chính Quốc tế, Washington, D.C.

Mô-đun 6. Công đoàn và Thương lượng tập thể

Lồng ghép kinh doanh có trách nhiệm vào nội dung chính sách và các hệ thống quản lý doanh nghiệp

Chính sách

Doanh nghiệp nên có một chính sách rõ ràng khẳng định mình sẽ không khoan nhượng đối với bất cứ chính sách và hành động nào chống lại người lao động trong các hoạt động của chính doanh nghiệp và trong chuỗi cung ứng của mình. Thông điệp này phải thể hiện được sự hiểu biết của doanh nghiệp về bối cảnh và phải liên hệ rõ ràng đến bản chất của các hành vi vi phạm quyền của người lao động có thể xảy ra.

Nhận diện các thiệt hại thực tế và tiềm ẩn trong hoạt động của doanh nghiệp và trong chuỗi cung ứng của nó

Bài tập xác định phạm vi

Không giống những rủi ro khác trong chuỗi cung ứng, rủi ro liên quan đến quyền thành lập hoặc tham gia công đoàn và thương lượng tập thể nói chung của người lao động không liên quan đến các dòng sản phẩm hoặc các khâu cụ thể trong chuỗi cung ứng[55]. Thay vào đó, khung thể chế và pháp lý có khả năng là yếu tố rủi ro quan trọng nhất khi đánh giá khả năng xảy ra và mức độ nghiêm trọng của các tác động. Mục đích tìm hiểu mức độ hạn chế của nhà nước đối với quyền thành lập hoặc tham gia công đoàn của người lao động để thương lượng tập thể, là để biết doanh nghiệp có thể làm gì theo quy định của pháp luật để tôn trọng các quyền này.

Vì vậy, khuyến khích các doanh nghiệp tìm hiểu hoặc nhận diện được những yếu tố sau:

- mức độ bảo hộ và thực thi các quyền tự do dân sự và chính trị
- khuôn khổ pháp lý và thể chế cho quan hệ lao động và mức độ tiến hành hoạt động và thương lượng tập thể của tổ chức công đoàn
- mức độ thực thi các biện pháp bảo vệ pháp lý đối với người lao động và các biện pháp tư pháp và phi tư pháp có sẵn để bảo vệ quyền lợi của người lao động và hiệu quả của chúng
- các tổ chức công đoàn đại diện chủ yếu cho người lao động trong ngành và các tổ chức khác có thể cung cấp thông tin liên quan đến việc thực hiện các quyền này.

Khi tìm hiểu những nội dung trên, dấu hiệu cảnh báo có thể nhận thấy là khi luật pháp quốc gia hạn chế quyền thành lập hoặc gia nhập công đoàn và các tổ chức đại diện do người lao động tự lựa chọn.

- Khi luật pháp yêu cầu người lao động phải gia nhập các liên đoàn của chính phủ, cấm đoán rộng rãi việc thương lượng, hoặc cấm đình công hoàn toàn hoặc trong các ngành công nghiệp "thiết yếu" để hỗ trợ một chính sách kinh tế quốc gia nào đó, thì đây là dấu hiệu cảnh báo cho thấy sự thiếu cam kết đối với quyền tự do hiệp hội và quyền thương lượng tập thể.
- Khi luật pháp cho phép chính phủ can thiệp, ví dụ, bằng cách cho phép chính phủ giải thể công đoàn mà không có quy định trong pháp luật, áp đặt các thủ tục đăng ký công đoàn nặng nề, hạn chế việc thành lập các công đoàn quốc gia, cấm hoặc hạn chế số lượng công đoàn trong một nhà máy (kể cả các công đoàn thiểu số), hoặc hạn chế điều kiện trở thành công đoàn viên, cán bộ hoặc cố vấn.
- Khi luật pháp hạn chế quyền tự do hiệp hội của một số người lao động, VD người lao động nhập cư.
- Luật pháp quốc gia và hiến pháp hạn chế các hoạt động chính trị của công đoàn, ví dụ bằng cách thiết lập mối quan hệ chặt chẽ giữa công đoàn và đảng phái chính trị.

Đối với các quốc gia rủi ro cao hơn, thì có thể có thêm các chỉ báo sau:

---

[55] Lưu ý rằng một số phân ngành có thể được bảo hộ tốt hơn ở một quốc gia.

- thiếu các cơ quan xét xử để hỗ trợ quyền tự do hiệp hội và đưa ra biện pháp chế tài hiệu quả.
- mức độ những người tổ chức công đoàn bị chính phủ bỏ tù hoặc lưu đày, hoặc bị sa thải, bị thương, hoặc bị sát hại mà không có sự truy tố kịp thời và có hiệu quả từ phía chính phủ.
- mức độ trả thù những người đình công mà không có sự truy tố kịp thời và hiệu quả từ phía chính phủ.
- các quy trình khiếu nại của chính phủ có khiếm khuyết nào không, chẳng hạn như sự chậm trễ hoặc chi phí quá mức, hình phạt nhẹ hoặc không trừng phạt người vi phạm.
- các biện pháp của chính phủ trong việc chống tham nhũng liên quan đến lao động (chẳng hạn sử dụng các nhân vật tội phạm để kiểm soát công đoàn như bảo kê hoặc để hớt váng tài chính) mà không truy tố nhanh chóng và hiệu quả.

Cần đặc biệt chú ý đến các khu thương mại tự do, nơi có thể áp dụng các luật lao động khác.

Đánh giá bên cung ứng

Mục đích của đánh giá bên cung ứng là để xác định xem liệu các bên cung ứng có khuyến khích áp dụng các chính sách và thông lệ chống lại người lao động hay không. Việc đánh giá bên cung ứng phải chủ yếu dựa vào các cuộc phỏng vấn người lao động, ban quản lý và công đoàn; phương pháp đánh giá tài liệu truyền thống là không đủ.

Doanh nghiệp nên lưu ý rằng có những người lao động có thể sợ khi phải trả lời trung thực các câu hỏi liên quan đến chính sách chống công đoàn và sợ phải thực hiện các biện pháp thích hợp. Trong số các kỹ thuật giải quyết nỗi sợ này, có thể cân nhắc phỏng vấn người lao động ngoài nơi làm việc và sử dụng các phương pháp đánh giá phi truyền thống như thảo luận nhóm tập trung.

Đánh giá bên cung ứng phải bao gồm các nội dung đánh giá sau (xem các ví dụ trong Bảng 12):

- đe dọa công nhân và hành vi chống lại công đoàn.
- thúc đẩy các cơ cấu do người sử dụng lao động chi phối, cơ chế tham gia của người lao động và thực tiễn quan hệ lao động tham nhũng
- từ chối thương lượng thiện chí
- ảnh hưởng của hợp đồng ngắn hạn và các hình thức hợp đồng thông thường khác và việc làm phi chính thức đối với khả năng tổ chức của người lao động
- sự phản đối có hệ thống hoặc có tổ chức của người sử dụng lao động và sự thù địch đối với công đoàn

Bảng 12. Mô tả các chính sách và thông lệ chống công đoàn

Các chính sách và thông lệ chống công đoàn	Mô tả
Đe dọa công nhân và hành vi chống lại công đoàn	Một số ví dụ bao gồm: đe dọa thể chất, đe dọa người lao động bằng cách dọa dẫm cho họ mất sinh kế; sàng lọc những người ủng hộ công đoàn khi đợt tuyển dụng; tạo và sử dụng "danh sách đen" gồm những người ủng hộ công đoàn; sa thải những người ủng hộ công đoàn; phân biệt đối xử với những người ủng hộ công đoàn thông qua việc cách chức, phân công kém thuận lợi, điều kiện làm việc kém thuận lợi hơn; giảm lương, phúc lợi, cơ hội đào tạo, thuyên chuyển và luân chuyển; không gia hạn hợp đồng lao động với những người ủng hộ công đoàn, làm việc có thời hạn và tạm thời; can thiệp vào quá trình người lao động lựa chọn tham gia công đoàn; tích cực khiến cho việc tổ chức công đoàn xin pháp luật công nhận bị chậm trễ về mặt thủ tục pháp lý và hành chính; các chiến dịch chống công đoàn bao gồm các chiến dịch của các tổ chức người sử dụng lao động và các nhà lãnh đạo cộng đồng; cách ly người lao động với đại diện công đoàn bao gồm bố trí người lao động sống trong khuôn viên do công ty kiểm soát hoặc nơi làm việc bị hạn chế ra vào như các khu tổ hợp kinh doanh tư nhân hoặc khu chế xuất.

Thúc đẩy các cơ cấu do người sử dụng lao động chi phối, cơ chế tham gia của người lao động và thực tiễn quan hệ lao động tham nhũng	Khi người sử dụng lao động tạo ra các ủy ban người lao động hoặc các cơ chế khác để người lao động tham gia, rủi ro ở đây là họ đang tạo ra các rào cản đối với việc quyền thành lập hoặc tham gia công đoàn và thương lượng tập thể. Điều này đặc biệt đúng khi mà các tổ chức công đoàn chân chính tồn tại ngay cả khi hoạt động của họ bị hạn chế. Những cơ chế như vậy không thể coi là sự thay thế cho các tổ chức công đoàn và tổ chức đại diện do chính người lao động lựa chọn.
Từ chối thương lượng thiện chí	Cần xác định các tình huống doanh nghiệp từ chối cơ hội thực sự để thương lượng tập thể hoặc từ chối thương lượng. Quyền thương lượng tập thể bao gồm một loạt các hoạt động - nó bao gồm tất cả các cuộc đàm phán giữa công đoàn và doanh nghiệp kinh doanh để xác định các điều kiện làm việc (bao gồm sức khỏe và an toàn), các điều khoản lao động và các vấn đề thủ tục. Thương lượng tập thể có thể liên quan đến nhiều người sử dụng lao động hoặc tổ chức của người sử dụng lao động. Kết quả thương lượng tập thể thường là một thỏa thuận bằng văn bản ràng buộc cả hai bên, cho dù nó có hiệu lực thi hành tại tòa án hay không. Việc không thực hiện thỏa thuận này có thể đồng nghĩa với việc không tôn trọng quyền lợi của người lao động. Mặc dù kết quả thương lượng tập thể là ý chí tự nguyện của cả hai bên, nhưng quyền thương lượng tập thể chỉ giới hạn ở người lao động chứ không phải doanh nghiệp.
Ảnh hưởng của hợp đồng ngắn hạn và các hình thức hợp đồng thông thường khác và việc làm phi chính thức đối với khả năng tổ chức của người lao động	Việc sử dụng quá nhiều hợp đồng ngắn hạn có thể khiến người lao động không tổ chức được công đoàn do tình trạng việc làm của họ bấp bênh.

Tìm cách ngăn ngừa hoặc giảm thiểu thiệt hại trong chuỗi cung ứng của doanh nghiệp

- Doanh nghiệp nên sử dụng ảnh hưởng của mình với nhà cung cấp để ngăn chặn các hành vi chống công đoàn trong chuỗi cung ứng của mình. Tuy nhiên, nếu nhà cung cấp không cải thiện tình hình ở mức độ có thể đo đếm được sau một khoảng thời gian hợp lý (ví dụ từ 6-9 tháng), khuyến khích doanh nghiệp tạm dừng đơn đặt hàng đối với nhà cung cấp này cho tới khi họ chứng minh được sự cải thiện.
- Đối với bất kỳ hoạt động nào của mình có thể góp phần gây ra hoặc làm gia tăng rủi ro của các hoạt động chống lại công đoàn, chẳng hạn như các thông lệ mua hàng của doanh nghiệp, doanh nghiệp phải xử lý từng hành động đó. Xem Hộp 4 về thực hành mua hàng có trách nhiệm.
- Doanh nghiệp có thể hợp tác ở cấp độ ngành để tăng khả năng ảnh hưởng với các nhà cung cấp. Doanh nghiệp cũng có thể ký kết các thỏa thuận trực tiếp với công đoàn, chẳng hạn như thông qua các thỏa thuận khung toàn cầu hoặc các thỏa thuận về giao thức tự do hiệp hội để thực hiện các tiêu chuẩn về quyền công đoàn trong chuỗi cung ứng. Xem Phần Giới thiệu và Hộp 13.
- Trong các trường hợp đã nhận diện được tác động nghiêm đối với quyền con người, chẳng hạn như bạo lực đối với các công đoàn viên, thì doanh nghiệp nên ngừng quan hệ. Xem phần 3.2.5 để biết thông tin về việc dừng quan hệ có trách nhiệm.

Hộp 13. **Các thỏa thuận giao thức**

Các thỏa thuận giao thức về quyền tự do hiệp hội thiết lập sự hiểu biết và cam kết chung giữa tổ chức công đoàn và doanh nghiệp về việc thực hiện quyền tự do hiệp hội trong các quan hệ lao động ở một bối cảnh cụ thể. Chúng có thể được thiết lập tại địa phương giữa một thương hiệu, nhà cung cấp và tổ chức công đoàn hoặc ở cấp khu vực và toàn ngành giữa các nhóm bên mua hàng, các nhà cung cấp và các tổ chức công đoàn. Các thỏa thuận giao thức có thể ràng buộc về mặt pháp lý.

Nếu chọn thiết lập một thỏa thuận giao thức, khuyến nghị đưa ra là:

- tất cả các bên tham gia đàm phán các thỏa thuận giao thức với nỗ lực trung thực nhất;

- thỏa thuận giao thức có tính tới bối cảnh địa phương;

thương hiệu và bên mua hàng đưa ra các ưu đãi kinh doanh dưới dạng các hợp đồng cung ứng dài hạn để các nhà cung cấp tuân thủ.

Tính hiệu quả của thỏa thuận này phụ thuộc một phần vào việc thiết lập một cơ chế giải quyết tranh chấp hoạt động hiệu quả. Do đó, khuyến khích các bên thỏa thuận được các giao thức cả hai bên chấp nhận để giải quyết tranh chấp, ví dụ, thông qua việc chỉ định hòa giải viên riêng, hòa giải viên hoặc trọng tài viên.

Các chuẩn mực và văn kiện quốc tế được lựa chọn

- Hướng dẫn của OECD cho các Doanh nghiệp Đa quốc gia, Chương IV. Quyền con người
- Hướng dẫn của OECD cho các Doanh nghiệp đa quốc gia, Chương V. Việc làm và Quan hệ lao động
- Công ước về quyền tự do lập hiệp hội và bảo vệ quyền tổ chức của ILO, năm 1948 (số 87)
- Công ước về Quyền Tổ chức và Thương lượng Tập thể của ILO, năm 1949 (Số 98)
- Công ước về đại diện cho người lao động của ILO, năm 1971 (số 135); Khuyến nghị 1972 (số 143)
- Tuyên ngôn thế giới về quyền con người, Điều 23
- Công ước quốc tế về các quyền dân sự và chính trị Điều 22
- Công ước quốc tế về các quyền kinh tế, xã hội và văn hóa, Điều 8

Tài nguyên

- Freedom House (2010), *Nhà nước Toàn cầu về Quyền của Người lao động*, bao gồm đánh giá về Quyền Tự do Hiệp hội ở 165 quốc gia.
- Ban Thư ký Lao động NAFTA đã đưa ra phân tích thực chất về quyền tự do hiệp hội của người lao động ở các nước thành viên.
- Ủy ban Giám sát Tiêu chuẩn Lao động Quốc tế, Hội đồng Nghiên cứu Quốc gia của Viện Hàn lâm Quốc gia (2004), *Giám sát Tiêu chuẩn Quốc tế: Kỹ thuật và Nguồn Thông tin,* Nhà xuất bản Học viện Quốc gia.
- Ủy ban ILO về Tự do Hiệp hội và Ủy ban Chuyên gia về Áp dụng Công ước và Khuyến nghị.
- Để biết thông tin về các tiêu chuẩn ILO liên quan, hãy xem Bộ phận trợ giúp của ILO.

Mô-đun 7. Tiền lương

Phạm vi thẩm định tiền lương nên bao gồm việc tuân thủ các quy định của luật pháp quốc gia về tiền lương và phù hợp với Bộ Hướng dẫn của OECD rằng tiền lương phải đáp ứng các nhu cầu cơ bản của người lao động và gia đình của họ[56]. Vì thế, mô-đun này được chia thành hai phần: Tiền lương tuân thủ luật pháp quốc gia và Tiền lương đáp ứng các nhu cầu cơ bản của người lao động và gia đình của họ.

Tiền lương tuân thủ luật pháp quốc gia

Lồng ghép kinh doanh có trách nhiệm vào nội dung chính sách và các hệ thống quản lý doanh nghiệp

Chính sách

Ngoài việc áp dụng cam kết chính sách về tiền lương, khuyến khích các doanh nghiệp áp dụng các chính sách về các yếu tố rủi ro đối với việc không tuân thủ tiền lương (khi thích hợp), chẳng hạn như việc tuyển dụng và thuê lao động nhập cư, thầu phụ, v.v.... Xem Hộp 14.

Nhận diện các thiệt hại thực tế và tiềm ẩn trong hoạt động của doanh nghiệp và trong chuỗi cung ứng của nó

Bài tập Xác định Phạm vi

Không tuân thủ tiền lương là một rủi ro có mặt trong mọi khâu của chuỗi cung ứng dệt may và giày dép sử dụng nhiều lao động và sử dụng lao động thu nhập thấp. Vì thế khuyến khích doanh nghiệp tập trung các hoạt động xác định phạm vi vào các yếu tố rủi ro theo quốc gia. Tất cả các quốc gia không thực thi mạnh mẽ pháp luật về tiền lương hoặc thiếu cơ chế thương lượng tập thể hiệu quả được cho là có nhiều rủi ro hơn về vấn đề không tuân thủ tiền lương.

Các yếu tố rủi ro bổ sung bao gồm:

- Nhiều mức lương tối thiểu.
- Người lao động được trả lương theo định mức.
- Khu vực này sử dụng tỉ lệ lao động nhập cư cao.[57]
- Khu vực này sử dụng tỉ lệ lao động phi chính thức cao.
- Người lao động sống tại nơi làm việc[58].
- Chủ lao động sử dụng nhiều lao động trẻ tuổi và/hoặc người học việc.
- Lao động được trả lương bằng tiền mặt thay vì các hình thức điện tử (hoặc các hình thức có thể truy dấu được).
- Lao động có tỉ lệ mù chữ và/hoặc trình độ văn hóa bậc thấp.

---

[56] Bộ Hướng dẫn của OECD, mục V.4b tuyên bố rằng "Khi các doanh nghiệp đa quốc gia hoạt động ở các nước đang phát triển, nơi có thể không có các chủ sử dụng lao động tương đương, họ phải đưa ra mức lương, phúc lợi và điều kiện làm việc tốt nhất có thể, trong khuôn khổ các chính sách của Chính phủ. Điều này phụ thuộc vào vị trí kinh tế của doanh nghiệp, nhưng ít nhất phải đủ để thỏa mãn các nhu cầu cơ bản của người lao động và gia đình của họ." Nên tham khảo Chương V của Hướng dẫn, trong đó khuyến nghị các doanh nghiệp tôn trọng quyền con người được thể hiện trong Tuyên ngôn Quốc tế về Quyền con người, bao gồm ICESCR.

[57] Lao động nhập cư có thể thiếu kiến thức về nguồn lực và luật pháp quốc gia để có thể đưa ra các bất bình. Lao động nhập cư cũng dễ bị tổn thương trước sự phân biệt đối xử về tiền lương

[58] Việc khấu trừ các khoản thanh toán cho nhà ở tại chỗ có thể gia tăng rủi ro rằng người lao động không được trả các mức lương phù hợp với luật định

Đánh giá bên cung ứng

Doanh nghiệp có thể ưu tiên đánh giá bên cung ứng đến từ các quốc gia có nhiều rủi ro hơn liên quan đến việc không tuân thủ quy định của pháp luật về tiền lương tối thiểu.

Việc đánh giá bên cung ứng cần đảm bảo bên cung ứng tuân thủ mức lương tối thiểu của nhà nước. Điều này có thể khó xác định trên thực tế vì các bên cung ứng thường không thoải mái chia sẻ nội dung chi phí của họ. Việc sử dụng các bên thứ ba độc lập, được cả hai bên tin tưởng và không tham gia đàm phán giá, có thể giúp giảm mối e ngại về việc minh bạch hóa chi phí có thể làm thay đổi việc định giá bán. Khuyến khích doanh nghiệp áp dụng các hướng dẫn hiện có về đánh giá tuân thủ tiền lương của bên cung ứng. Những người thực hiện các đánh giá này phải hiểu biết sâu sắc về pháp luật lao động tại quốc gia[59].

Ngoài việc tuân thủ pháp luật về tiền lương quốc gia, các đánh giá này cũng bao gồm: liệu người lao động đã được thông báo đầy đủ về tiền lương, liệu việc chi trả tiền lương có đúng hạn hay không, liệu người lao động có được cung cấp bảng lương rõ ràng mà họ có thể đọc hiểu; liệu người lao động có được tự do sử dụng tiền lương của mình, liệu các khoản khấu trừ là hợp lí và tuân theo luật pháp quốc gia cũng như thỏa ước tập thể; liệu các khoản thưởng và/hoặc thưởng có được chi trả, liệu họ có được trả lương khi áp dụng nghỉ việc theo luật, ví dụ như nghỉ thai sản, xem Mô-đun 7, giờ làm việc; và liệu tất cả các quyền lợi an xinh xã hội có được chi trả, được thu, và được nộp[60]. Trong phạm vi có thể, việc đánh giá bên cung ứng cũng bao gồm vấn đề phân biệt đối xử về tiền lương và tìm cách đánh giá xem liệu người lao động có bị trả những mức lương khác nhau do những khác biệt về giới, sắc tộc, và quốc tịch, v.v....

Việc đánh giá bên cung ứng cũng cần có sự tham gia của người lao động, công đoàn, và các tổ chức đại diện mà người lao động tự do lựa chọn.

Chấm dứt, ngăn chặn hoặc giảm thiểu thiệt hại trong hoạt động của chính doanh nghiệp

Doanh nghiệp cần lên kế hoạch hành động khắc phục (CAP) để ngăn chặn nguy cơ không tuân thủ quy định của pháp luật về tiền lương. Ví dụ, các thành phần của CAP bao gồm:

- Nâng cao nhận thức của người lao động – ví dụ, thông qua đào tạo, nguồn lực (ví dụ như tập sách), hội thảo và hỗ trợ liên tục. Ví dụ đào tạo và thông tin cung cấp cho người lao động có thể bao gồm:
  - các yêu cầu về tiền lương tối thiểu
  - cách đọc phiếu lương
  - cách tính tiền lương, phúc lợi, và các khoản bồi thường khác
  - các quy trình điều chỉnh tiền lương (nếu liên quan).
- Thiết lập các hệ thống quản lí để giảm thiểu rủi ro không tuân thủ:
  - Đào tạo nhân lực hoặc các nhân viên liên quan khác chịu trách nhiệm thực hiện việc trả lương. Ví dụ, luật pháp quốc gia và các thỏa ước tập thể có liên quan, mức lương làm việc trong giờ và ngoài giờ; tính toán các lợi ích, cách tính toán các khấu trừ và đảm bảo rằng các khoản khấu trừ là hợp lí và tuân thủ luật pháp quốc gia, lưu trữ hồ sơ.
  - Cung cấp báo cáo tiền lương rõ ràng cho người lao động.
  - Thiết lập hồ sơ tính lương chính xác, đầy đủ và rõ ràng.
  - Thiết lập các cơ chế thanh toán giảm thiểu rủi ro gian lận trong thanh toán (ví dụ thanh toán tự động).
- Giảm thiểu nguy cơ không đủ nguồn lực để trả lương tối thiểu bằng cách cải thiện hệ thống lên

[59] Xem thêm Báo cáo Đầu mối Liên hệ Quốc gia Pháp về việc Thực hiện Hướng dẫn của OECD trong ngành Dệt may.

[60] Xem Việc làm Tốt hơn, Tờ Hướng dẫn 5: Bồi thường.

kế hoạch sản xuất và thiết lập các hệ thống quản lí và lên kế hoạch tài chính hiệu quả.

Tìm cách ngăn chặn và giảm thiểu thiệt hại trong chuỗi cung ứng của doanh nghiệp

- Doanh nghiệp cần đánh giá và ngăn ngừa việc đóng góp vào thiệt hại thông qua đàm phán giá và các hoạt động mua hàng. Xem Hộp 4 về các thông lệ mua hàng có trách nhiệm.
- Khuyến khích các doanh nghiệp tìm nguồn cung trực tiếp từ các bên cung ứng tuân thủ pháp luật về mức lương tối thiểu và mức lương thỏa thuận quốc gia.
- Khuyến khích doanh nghiệp hỗ trợ các bên cung ứng của mình ngăn ngừa và giảm thiểu thiệt hại, nếu có thể, bằng cách hướng dẫn kĩ thuật – ví dụ lưu trữ hồ sơ và các hệ thống quản lí tài chính – và tạo điều kiện liên kết với các bên cung ứng dịch vụ địa phương sẵn có và phù hợp (ví dụ để cung cấp dịch vụ thanh toán tự động cho người lao động).
- Nhận thức được mối liên hệ giữa tiền lương, thương lượng tập thể, và giờ làm, khuyến khích doanh nghiệp thực hiện thẩm định đối với các rủi ro này của ngành, Xem Mô-đun 4 và Mô-đun 6.

Chủ động hoặc hợp tác khắc phục hậu quả khi phù hợp

Xác định hình thức khắc phục phù hợp

Bồi thường thường là hình thức khắc phục phù hợp nhất; tuy nhiên, bồi thường cần được thực hiện theo Hướng dẫn trong phần 6.4.

Tiền lương đáp ứng nhu cầu cơ bản của người lao động và gia đình của họ

Nhận diện các thiệt hại thực tế và tiềm ẩn trong hoạt động của doanh nghiệp và trong chuỗi cung ứng của nó

Bài tập Xác định Phạm vi

Khuyến khích doanh nghiệp nhận diện các quốc gia cung ứng trong chuỗi cung ứng của mình mà tiền lương ở các quốc gia đó không đáp ứng được nhu cầu cơ bản của người lao động và gia đình của họ. Xem Hộp 14 bên dưới để được gợi ý về cách thực hiện. Các doanh nghiệp cần nắm được những nhóm người lao động bị loại khỏi mức lương tối thiểu hoặc mức lương theo thỏa thuận và vì thế dễ bị trả ở mức lương không đáp ứng được nhu cầu cơ bản. Ví dụ, những lao động dễ bị tổn thương bao gồm:

- Lao động trong khu vực phi chính thức
- Lao động nhập cư quốc tế[61]
- Lao động được trả lương theo sản phẩm và giờ làm

Nếu khả thi và hợp lý, các doanh nghiệp cần ưu tiên thẩm định sâu hơn tại các quốc gia có sự khác biệt lớn nhất giữa tiền lương thực tế và tiền lương cần thiết để đáp ứng nhu cầu tối thiểu.

Đánh giá bên cung ứng

Trong bối cảnh rủi ro phổ biến ở một quốc gia cung ứng, đánh giá độc lập các bên cung ứng có thể không mang lại thông tin nào mới. Khuyến khích doanh nghiệp tham vấn với các bên liên quan, quan trọng nhất là người lao động, công đoàn, và các tổ chức đại diện mà người lao động tự do lựa chọn, để tìm hiểu mức độ nghiêm trọng của sự chênh lệch tiền lương thực tế và tiền lương đáp ứng được nhu cầu cơ bản của người lao động và gia đình họ.

[61] Mức tiền lương giữa lao động nhập cư quốc tế và lao động trong nước là khác nhau.

Hộp 14. **Nhận diện các quốc gia cung ứng có rủi ro cao hơn**

Trên thực tế, việc nhận diện các quốc gia có nguy cơ cao hơn về việc tiền lương không đáp ứng được nhu cầu cơ bản của người lao động và gia đình của họ có thể là một thách thức. Các quốc gia thường có có một số mức lương tối thiểu, tùy theo vùng miền, độ tuổi của người lao động, hoạt động kinh tế hoặc nghề nghiệp chuyên môn. Điều này có thể gây khó khăn cho việc ước tính mức lương tối thiểu theo quốc gia và theo ngành. Ngoài ra, liệu việc mức lương được áp dụng có đáp ứng được nhu cầu cơ bản của người lao động và gia đình của họ hay không lại tùy thuộc vào chi phí giỏ hàng hóa cơ bản và dịch vụ tại địa phương trong bối cảnh của địa phương đó và số người phụ thuộc trong gia đình người lao động.

Chi phí sinh hoạt có thể được sử dụng để tính toán chi phí cho nhu cầu tối thiểu và so sánh với mức lương tối thiểu trong ngành đó. Các doanh nghiệp cũng có thể so sánh mức lương tối thiểu với mức lương ở giữa trong phổ lương quốc gia (gọi là "mức lương trung bình"). Mức lương trung bình, thay vì mức lương bình quân, là cơ sở tốt hơn cho các so sánh quốc tế vì nó giải thích cho sự khác biệt về phân bổ thu nhập ở các quốc gia. Một cách tiếp cận khác là tính toán mức lương ngưỡng (ví dụ, 60% mức lương trung bình ở một quốc gia) và so sánh nó với mức lương tối thiểu và mức lương thỏa thuận trong ngành. Các doanh nghiệp có thể cân nhắc mức lương tối thiểu có liên quan nhất, mức lương này được định nghĩa là mức lương áp dụng cho đại đa số người lao động trong ngành đó tại một quốc gia nhất định.

Tỉ lệ làm ngoài giờ quá nhiều trong nhiều trường hợp là một chỉ số cho thấy mức lương được trả không đáp ứng nhu cầu cơ bản của người lao động và gia đình của họ.

Do sự phức tạp, khuyến khích các doanh nghiệp hợp hợp tác ở cấp độ ngành với người lao động, công đoàn, và các chuyên gia để xác định các quốc gia có nguy cơ cao.

Tìm cách ngăn chặn và giảm thiểu thiệt hại trong chuỗi cung ứng của doanh nghiệp

Nếu chỉ phối hợp song phương với các bên cung ứng, thì có thể không đủ để tăng khả năng tiếp cận với mức lương đáp ứng đủ nhu cầu cơ bản của người lao động và gia đình họ. Trong bối cảnh đó, các doanh nghiệp cần tham vấn (và phối hợp nếu phù hợp) với công đoàn và các doanh nghiệp khác, có thể cân nhắc tham gia ở cấp quốc gia hoặc cấp ngành để thể hiện sự ủng hộ đối với các cơ chế ấn định và thực thi tiền lương hiệu quả.

- Các doanh nghiệp cần xem xét các yếu tối sau khi đưa ra quyết định này:
- Mức độ nghiêm trọng của nguy cơ khác biệt giữa tiền lương thực tế và tiền lương đủ đáp ứng nhu cầu cơ bản;
- Ý chí chính trị của Chính phủ;
- Tính hiệu quả của các cơ chế ấn định tiền lương hiện hành;
- Ảnh hưởng của ngành nói chung với Chính phủ (ví dụ tỉ lệ phần trăm trong tổng giá trị xuất khẩu hàng hóa của nền kinh tế).

Sự tham gia có quy mô có thể có nhiều hình thức và bản chất của việc tham gia cần phản ánh bối cảnh cụ thể. Ví dụ các hình thức tham gia bao gồm:

- Phối hợp với các doanh nghiệp khác để cùng thể hiện sự hỗ trợ về mức tiền lương đáp ứng nhu cầu cơ bản của lao động và gia đình của họ; và/hoặc các thỏa ước tập thể toàn ngành phải được đăng ký và thực thi theo quy định trong luật quốc gia;
- Khuyến khích các bên cung ứng thỏa thuận theo hướng mức tiền lương phải đáp ứng được nhu cầu cơ bản;
- Cam kết sẽ tiếp tục việc sử dụng nguồn cung tại các quốc gia có nguy cơ cao với điều kiện vấn đề tiền lương được thỏa thuận đưa vào luật quốc gia để hỗ trợ mức tiền lương đáp ứng đủ nhu cầu cơ bản.

Khuyến khích các doanh nghiệp xây dựng chiến lược hành động chung liên quan đến các vấn đề trên. Tuy nhiên, việc tham gia cùng Chính phủ có thể là một quá trình kéo dài. Các doanh nghiệp cần tập trung tuân thủ luật quốc gia và quyền thành lập hoặc tham gia công đoàn và các tổ chức đại diện mà người lao động tự do lựa chọn và quyền thương lượng tập thể đồng thời vẫn tiếp tục tham gia cùng Chính phủ về các vấn đề kể trên.

Các công cụ và tiêu chuẩn quốc tế được lựa chọn

- Hướng dẫn của OECD cho các Doanh nghiệp Đa quốc gia, Chương V, Đoạn 4.b.
- Công ước Bảo vệ tiền lương của ILO, 1949 (Số 95) và Khuyến nghị, 1949 (Số 85).
- Công ước ấn định mức lương tối thiểu của ILO, 1970 (Số 131) và Khuyến nghị, 1970 (Số 135).
- Công ước ILO về Bảo vệ Khiếu nại của Người lao động (Người sử dụng lao động mất khả năng thanh toán), 1992 (No.173) và Khuyến nghị, 1992 (No.180).
- Hiến chương Liên hợp quốc về các quyền xã hội, kinh tế và văn hóa, Điều 7.
- Tuyên ngôn Quốc tế về Nhân quyền, Điều 23.

Giới thiệu về các mô-đun Môi trường

May mặc và giày dép là lĩnh vực rất đa dạng với nhiều sản phẩm cuối cùng trải dài từ quần áo may sẵn tới giày bảo hộ và hàng xa xỉ. Mỗi khâu trong chuỗi cung ứng này đều có một tác động tới môi trường. Tuy nhiên, do có sự khác biệt lớn trong các quy trình, đầu vào và đầu ra, mức độ và bản chất của tác động môi trường ở mỗi khâu đó là rất khác nhau.

Mô-đun 8 đến 11 hướng dẫn về cách tiến hành thẩm định các vấn đề môi trường chủ yếu được nhận diện trong các công đoạn sản xuất và chế tạo nguyên liệu thô của chuỗi cung ứng may mặc và giày dép. Các vấn đề được đưa ra trong các mô đun này được lựa chọn dựa trên các nguy cơ về môi trường trong ngành; tuy nhiên, chúng chưa toàn diện. Khi xác định phạm vi nguy cơ trong chuỗi cung ứng, doanh nghiệp có thể xác định các nguy cơ môi trường khác với các nguy cơ đưa ra trong mô-đun từ 8 đến 11.

Một phần đáng kể các tác động môi trường liên quan đến sản phẩm có thể bị chi phối bởi khâu thiết kế sản phẩm. Vì thế, với tư cách là một phần của quá trình thẩm định, các doanh nghiệp cần từng bước hiểu rõ mối liên hệ của nguy cơ môi trường này với sản phẩm của họ và có biện pháp kiểm soát quá trình thiết kế sản phẩm để giảm nhẹ nguy cơ đối với môi trường của dòng sản phẩm[62]. Về phía cạnh này, khi đánh giá phát triển sản phẩm các doanh nghiệp cần cân nhắc các đặc tính môi trường của sản phẩm cùng với các đặc điểm khác như tính khả thi, chi phí và nhu cầu. Khi quyết định việc đưa một sản phẩm từ khâu thiết kế đến phát triển, các nội dung cân nhắc có thể bao gồm:

- *Lựa chọn nguyên phụ liệu*: Trong toàn bộ quy trình sản xuất, một số nguyên phụ liệu có nguy cơ gây ra tác động bất lợi lớn hơn các nguyên vật liệu khác. Điều này cũng tương tự đối với việc đóng gói sản phẩm.
- *Giai đoạn sử dụng* (ví dụ mặc, giặt, phơi sấy, là ủi, và sửa chữa): Rất nhiều tác động môi trường – đặc biệt là việc sử dụng nước và năng lượng – xuất hiện trong quá trình sử dụng sản phẩm, cụ thể là quá trình giặt là.
- *Thời hạn sử dụng:* Các tác động tổng thể của một sản phẩm đối với môi trường cũng bị ảnh hưởng bởi việc sản phẩm đó sẽ được đưa đi chôn lấp hay sẽ được tái sử dụng hay tái chế và tính dễ sử dụng và tái chế. Ngoài ra, các sản phẩm có thời hạn sử dụng rất ngắn (ví dụ chỉ sử dụng trong 3-6 tháng), có thể góp phần làm cạn kiệt tài nguyên nhiều hơn so với các sản phẩm có tuổi thọ cao hơn.

Nói chung, khuyến khích các doanh nghiệp cân nhắc trong phạm vi có thể các tác động môi trường của một sản phẩm trong toàn bộ vòng đời của nó; tuy nhiên, doanh nghiệp có thể thực hiện cách tiếp cận dựa trên rủi ro và ưu tiên những rủi ro nghiêm trọng nhất.

---

[62] Một số dòng sản phẩm của doanh nghiệp có thể ảnh hưởng đến bản chất và mức độ thẩm định.

Mô-đun 8. Hóa chất độc hại

Mô-đun này tập trung vào các tác động môi trường của hóa chất độc hại. Để biết thông tin liên quan đến các rủi ro an toàn và sức khỏe, xem Mô-đun 5, Sức khỏe và An toàn Nghề nghiệp.

Nhận diện các thiệt hại thực tế và tiềm ẩn trong hoạt động của doanh nghiệp và trong chuỗi cung ứng của nó

Bài tập Xác định Phạm vi

Doanh nghiệp nên:

- Xác định phạm vi các hóa chất thường được dùng trong sản xuất sản phẩm trong phân ngành, tập trung vào xác định hóa chất độc hại và hóa chất bị hạn chế. Khuyến khích các doanh nghiệp dựa vào các nguồn lực hiện có.
- Xác định các khâu có nguy cơ cao hơn trong hoạt động của doanh nghiệp và chuỗi cung ứng của chính nó đối với việc sử dụng hóa chất độc hại và hóa chất bị hạn chế. Đối với hầu hết các doanh nghiệp hoạt động trong chuỗi cung ứng may mặc và giày dép, nguy cơ cao nhất được tìm thấy nằm trong sản xuất may mặc và thuộc da.
- Xác định các quốc gia có nguy cơ sử dụng hóa chất độc hại cao hơn, bao gồm các quốc gia không có quy định đầy đủ việc sử dụng hóa chất và không thực thi các quy định hiện hành.
- Lập bảng kê hóa chất được dùng cho quá trình sản xuất và chế tạo các sản phẩm của doanh nghiệp (áp dụng các tiếp cận dựa trên rủi ro).
  - Khi bắt đầu, doanh nghiệp có thể xác định các nhóm hóa chất phổ biến nhất được sử dụng trong quá trình sản xuất sản phẩm và làm việc một cách có hệ thống hướng tới một bảng kê hóa chất toàn diện hơn.
  - Doanh nghiệp có nhiều dòng sản phẩm và đa dạng dòng sản phẩm có thể ưu tiên việc đánh giá sản phẩm có nguy cơ sử dụng hóa chất độc hại cao hơn trước và làm việc một cách có hệ thống hướng tới một bảng kê toàn diện hơn về các hóa chất.

Đánh giá bên cung ứng

- Các doanh nghiệp cần làm việc hướng tới xác định các bên cung ứng tại các quốc gia có nguy cơ cao hơn trong các khâu có nguy cơ cao hơn (ví dụ sản xuất may mặc và thuộc da) của chuỗi cung ứng hóa chất độc hại.
- Các doanh nghiệp có thể dựa vào các hướng dẫn hiện hành và tham gia vào các sáng kiến ngành đáng tin cậy hiện có để Đánh giá bên cung ứng.
- Việc Đánh giá bên cung ứng nên bao gồm các chuyến thăm thực tế, kiểm tra hóa chất, và giấy chứng nhận chất lượng.
- Nếu liên quan, khuyến khích doanh nghiệp xác định liệu in ấn và các quá trình khác có nguy cơ cao hơn sử dụng hóa chất độc hại được thực hiện trong nhà bởi bên cung ứng hoặc thầu phụ.

Chấm dứt, ngăn chặn hoặc giảm thiểu thiệt hại trong hoạt động của chính doanh nghiệp

Là một phần của kế hoạch hành động khắc phục (CAP), khuyến khích doanh nghiệp:

- Hỗ trợ phát triển và thông qua một Danh sách Các chất bị Hạn chế chung cho toàn ngành dựa trên đánh giá có căn cứ khoa học đáng tin cậy về các mối nguy (đánh giá nguy cơ môi trường và đánh giá nguy cơ sức khỏe)[63].

---

[63] Đánh giá nguy cơ môi trường bao gồm xác định mối nguy, phân tích đặc điểm mối nguy, đánh giá mức độ phơi nhiễm và đặc điểm rủi ro. Hai bước đầu tiên được coi là quá trình đánh giá mối nguy. Phương pháp luận của đánh giá nguy cơ môi trường cần phù hợp với Hướng dẫn của OECD. Xem Bộ Công cụ Đánh giá Nguy cơ Môi trường của OECD.

- Hỗ trợ phát triển và thông qua một Danh sách Nghiên cứu Các hóa chất độc hại đã được biết nhưng chưa bị hạn chế theo luật và vì thế chưa tìm thấy chất thay thế khả thi. Doanh nghiệp không nên sử dụng hóa chất độc hại trong Danh sách Nghiên cứu vô thời hạn mà nên tập trung loại bỏ dần vì các chất thay thế khả thi được xác định trong một khoảng thời gian hợp lí. Các Danh sách Nghiên cứu cần được truyền thông tới các bên cung ứng hóa chất.

Là một phần của kế hoạch hành động khắc phục (CAP), khuyến khích doanh nghiệp:

- Ngay lập tức ngừng sử dụng các chất hóa học bị cấm trong danh sách MRSL.
- Xác định và sử dụng chất thay thế trong danh sách MRSL dựa trên dữ liệu khoa học và phương pháp luận được chấp nhận trên toàn thế giới trong việc đánh giá các mối nguy. Doanh nghiệp có thể sử dụng các danh sách chất thay thế hiện có. Doanh nghiệp cần tìm cách đảm bảo sự cân bằng với các tác động tiềm năng khác (ví dụ nước và năng lượng) đã được đánh giá trước khi sử dụng sản phẩm thay thế.
- Thực hiện các kĩ thuật tốt nhất hiện có (BAT) theo định nghĩa trong Tài liệu Tham khảo Kĩ thuật Tốt nhất cho ngành và phân ngành[64].
- Thực hiện một kế hoạch quản lí hóa chất mạnh mẽ ở cấp cơ sở, bao gồm bảo quản hóa chất an toàn, dán nhãn hóa chất, sử dụng thiết bị bảo hộ cá nhân, và cung cấp bảng dữ liệu an toàn tới bất kì ai xử lí hóa chất. Ví dụ, nếu có một lối phơi nhiễm gữa mối nguy và người lao động, cần ngăn chặn thiệt hại trước tiên bằng cách giảm thiểu, thay thế, hoặc cách li hoàn toàn thông qua kiểm soát kĩ thuật; thứ hai, nếu không thể thực hiện được điều này thông qua kiểm soát mối nguy thông qua rào cản, cách li, bảo vệ, che chắn, hoặc thông gió cục bộ hiệu quả; và cách cuối cùng là thông qua thiết bị bảo hộ cá nhân. Khuyến khích doanh nghiệp dựa vào các hướng dẫn và tiêu chuẩn quản lí hóa chất hiện có.
- Cung cấp đào tạo đầy đủ cho cấp quản lí và người lao động về việc sử dụng và bảo quản hóa chất, v.v....

Doanh nghiệp có thể đánh giá xem mô hình kinh doanh tại chỗ có khuyến khích trao đổi bí quyết và hiệu quả sử dụng nguồn lực hay không, hay đúng hơn là kích thích việc sử dụng quá mức tài nguyên và lạm dụng hóa chất. Doanh nghiệp có thể lựa chọn thực hiện các mô hình kinh doanh sáng tạo (ví dụ cho thuê hóa chất) nếu thích hợp để giảm việc sử dụng hóa chất độc hại.

Tìm cách ngăn chặn và giảm thiểu thiệt hại trong chuỗi cung ứng của doanh nghiệp

Khuyến khích doanh nghiệp:

- Hỗ trợ phát triển và thông qua một Danh sách Các chất bị Hạn chế chung cho toàn ngành dựa trên đánh giá có căn cứ khoa học đáng tin cậy về các mối nguy (đánh giá nguy cơ môi trường và đánh giá nguy cơ sức khỏe)
- Truyền thông Danh sách MRSL (và bất kì kì vọng bổ sung nào về việc sử dụng hóa chất) tới các bên cung ứng hoạt động ở các khâu có nguy cơ cao hơn trong chuỗi cung ứng, bất chấp họ được đặt ở đâu.
- Xác định và sử dụng chất thay thế trong danh sách MRSL dựa trên dữ liệu khoa học và phương pháp luận được chấp nhận trên toàn thế giới trong việc đánh giá các mối nguy. Doanh nghiệp có thể sử dung các danh sách chất thay thế hiện có. Doanh nghiệp cần tìm cách đảm bảo sự cân bằng với các tác động tiềm năng khác (ví dụ nước và năng lượng) đã được dánh giá trước khi

---

Đánh giá nguy cơ sức khỏe cũng bao gồm xác định mối nguy, phân tích đặc điểm mối nguy, đánh giá mức độ phơi nhiễm và đặc điểm rủi ro. Phương pháp luận của đánh giá nguy cơ sức khỏe cần phù hợp với hướng dẫn của Tổ chức Y tế Thế giới. Xem Chương trình Quốc tế về An toàn Hóa chất, Bộ Công cụ Đánh giá Nguy cơ Sức khỏe Con người của WHO: Các mối nguy hóa chất. Các nguy cơ sức khỏe được giải quyết trong Mô-đun 5, Sức khỏe và an toàn nghề nghiệp.

[64] Xem Phòng chống và Kiểm soát Ô nhiễm Tích hợp, Tài liệu Tham khảo Các Kỹ thuật Tốt nhất Hiện có cho Ngành Dệt may, (2003).

sử dụng sản phẩm thay thế.

- Hỗ trợ các bên cung ứng trong việc thực hiện kế hoạch hành động khắc phục. Trong khi tham gia cùng các bên cung ứng trong việc quản lí hóa chất, khuyến khích doanh nghiệp chỉ định một đầu mối liên hệ để quản lí hóa chất và truyền thông nó tới bên cung ứng. Ngược lại, bên cung ứng cũng lập một đầu mối liên hệ tương tự với doanh nghiệp.
- Thiết lập chính sách về hợp đồng phụ, nếu có thông lệ, để giảm thiểu nguy cơ thiệt hại liên quan đến bên cung ứng thầu phụ. Xem Hộp 2 về thầu phụ.

Khuyến khích doanh nghiệp tiếp tục tham gia cùng bên cung ứng trong quá trình thực hiện CAP. Tuy nhiên, nếu bên cung ứng tiếp tục không tuân thủ các giới hạn hoặc lệnh cấm sử dụng hóa chất độc hại trong danh sách MRSL, doanh nghiệp cần tạm dừng đơn đặt hàng hoặc chấm dứt quan hệ cho tới khi bên cung ứng dừng sử dụng các hóa chất đó.

Các công cụ và tiêu chuẩn quốc tế được lựa chọn

- Bộ Hướng dẫn của OECD về Kiểm tra Hóa chất
- Các Nguyên tắc của OECD về Thực hành Phòng thí nghiệm tốt (GLP)
- Khuyến nghị của OECD về Hội đồng Thực hiện Giải phóng Ô nhiễm và Đăng ký Chuyển giao (PRTR)
- Bộ Hướng dẫn của OECD cho Doanh nghiệp Đa quốc gia, Chương VI. Môi trường.

Tài nguyên

- Bộ Công cụ Đánh giá Rủi ro Môi trường, OECD.
- Các chỉ số cấp doanh nghiệp về năng suất tài nguyên và cường độ ô nhiễm, Chương trình UNIDO/UNEP RECP.
- Bộ Công cụ Đánh giá Nguy cơ Sức khỏe Con người của Tổ chức Y tế Thế giới (WHO).
- OECD (2011), "Chương 2: SIDS, Kế hoạch SIDS và Hồ sơ SIDS" trong *Cẩm Nang Điều Tra Hóa Chất HPV*, Tổ chức Hợp tác và Phát triển Kinh tế.
- UN (2011), Hệ thống hài hòa toàn cầu về phân loại và ghi nhãn hóa chất (GHS), ấn bản sửa đổi lần thứ tư, Liên hợp quốc, New York và Geneva.
- Cổng thông tin eChem của OECD
- Đăng ký phát hành và Chuyển giao ô nhiễm OECD
- Cổng thông tin của OECD về hóa chất có mùi thơm
- OECD, "Hộp Công cụ Đánh giá Sản phẩm thay đổi và thay tế của OECD (OECD Hộp Công cụ SAA)," Tổ chức Hợp tác và Phát triển kinh tế, Paris.
- Hệ thống thông tin về các chất hóa học của Châu Âu (ESIS)
- Môi trường và Biến đổi khí hậu Canada, Trung tâm Thanh toán Bù trừ, Nhà máy dệp và Sản xuất may mặc
- OECD, Tài liệu Kịch bản Phát thải (ESD)
- Hộp Công cụ Đánh giá Sản phẩm thay đổi và thay tế của OECD (OECD Hộp Công cụ SAA)
- OECD, Khung và Hướng dẫn Thay thế Hóa chất, Tổng quan OECD (OECD)
- Chương trình Cho thuê Hóa chất (UNIDO)

Mô-đun 9. Nước

Tiêu thụ nước

Nhận diện các thiệt hại thực tế và tiềm ẩn trong hoạt động của doanh nghiệp và trong chuỗi cung ứng của nó

Bài tập Xác định Phạm vi

- Trong chuỗi cung ứng may mặc và giày dép, các quá trình tiêu thụ nước nhiều nhất là trồng bông, thuộc da, và sản xuất hàng dệt (ví dụ tiền xử lí, nhuộm màu/in màu và hoàn thiện).
- Ở mức độ khả thi, doanh nghiệp cần xác định liệu quá trình trồng bông, thuộc da, và sản xuất hàng dệt (và các quá trình tiêu thụ nhiều nước khác) trong chuỗi cung ứng của mình có xảy ra ở khu vực căng thẳng về nước hay không[65]. Khuyến khích doanh nghiệp sử dụng tài nguyên hiện có để xác định khu vực căng thẳng về nước[66].

Đánh giá bên cung ứng

- Các doanh nghiệp cần ưu tiên các bên cung ứng ở những khâu có nguy cơ cao hơn và ở các quốc gia có nguy cơ cao hơn hoặc khu vực căng thẳng về nước hơn. Đối với nhiều doanh nghiệp hoạt động trong lĩnh vực may mặc và giày dép, điều đó có nghĩa là đánh giá quá trình trồng bông, thuộc da, và sản xuất hàng dệt ở các quốc gia có nguy cơ cao hơn và khu vực căng thẳng về nước hơn.
- Việc nhận diện các bên cung ứng riêng lẻ hoạt động ngược dòng với doanh nghiệp có thể khó khăn. Khuyến khích doanh nghiệp áp dụng khuyến nghị trong Hộp 3.

Chấm dứt, ngăn chặn hoặc giảm thiểu thiệt hại trong hoạt động của chính doanh nghiệp

- Khuyến khích doanh nghiệp áp dụng các kĩ thuật tốt nhất hiện có (BAT) theo định nghĩa trong Tài liệu Tham khảo Kĩ thuật Tốt nhất cho ngành và phân ngành[67].
- Khi có nguy cơ thiệt hại cho môi trường, khuyến khích doanh nghiệp tránh viện dẫn việc thiếu cơ sở khoa học đầy đủ như là lí do để trì hoãn thực hiện các biện pháp hiệu quả về chi phí để ngăn ngừa hoặc giảm thiểu những thiệt hại đó, thống nhất với cách hiểu về mặt kĩ thuật và khoa học về nguy cơ, có tính đến các rủi ro tới sức khỏe và sự an toàn với con người.
- Các doanh nghiệp cũng có thể dựa vào những hướng dẫn hiện có về thúc đẩy sử dụng nước hiệu quả và/hoặc giảm phụ thuộc vào nguồn nước ngọt trong hoạt động sản xuất hàng dệt, thuộc da, và trồng bông. Một số các biện pháp ví dụ có thể bao gồm: đầu tư vào các thiết bị tiết kiệm nước; tái sử dụng và giảm sử dụng nước trong quá trình sử dụng nước (ví dụ trong khâu nhuộm màu). Chính sách và đào tạo cần hỗ trợ kế hoạch quản lí nước.

Tìm cách ngăn chặn và giảm thiểu thiệt hại trong chuỗi cung ứng của doanh nghiệp

- Doanh nghiệp cần xác định liệu mình có thể sử dụng nguồn cung một cách trách nhiệm từ khu vực căng thẳng về nước không – ví dụ, bằng cách thúc đẩy sử dụng nước hiệu quả và/hoặc giảm sự phụ thuộc vào nước ngọt của các bên cung ứng. Khi cân nhắc việc mở rộng, doanh nghiệp cũng cần xem xét giải quyết khối lượng nước ròng cần sử dụng thêm.
- Trong trường hợp không thể sử dụng nguồn cung một cách có trách nhiệm từ khu vực căng thẳng về nước, doanh nghiệp cần hướng việc tìm kiếm nguồn cung tới các khu vực không bị căng thẳng về nước.
- Trong trường hợp có thể sử dụng nguồn cung một cách có trách nhiệm từ khu vực bị căng

---

[65] Căng thẳng về nước xảy ra khi nhu cầu về nước vượt quá lượng nước sẵn có trong một giai đoạn nhất định hoặc khi chất lượng nước kém cản trở việc sử dụng nước. Khan hiếm nước, chất lượng nước, dòng chảy môi trường, và khả năng có thể tiếp cận được của nước ảnh hưởng tới tình trạng căng thẳng về nước.

[66] Xem OECD (2015).

[67] Xem IPPC (2003).

thẳng về nước, khuyến khích doanh nghiệp hỗ trợ các bên cung ứng xây dựng và thực hiện kế hoạch sử dụng nước hiệu quả và/hoặc giảm sự phụ thuộc vào nước ngọt.

- Doanh nghiệp cần truyền thông tới các bên cung ứng về ý nghĩa quan trọng của việc sử dụng nước hiệu quả với cộng đồng và công việc kinh doanh của doanh nghiệp.

Quản lí ô nhiễm và nước thải

Nhận diện các thiệt hại thực tế và tiềm ẩn trong hoạt động của doanh nghiệp và trong chuỗi cung ứng của nó

Bài tập Xác định Phạm vi

- Doanh nghiệp cần xác định các khâu trong chuỗi cung ứng có rủi ro cao hơn liên quan đến ô nhiễm nước và sự cần thiết phải quán lý thỏa đáng nước thải. Trong lĩnh vực may mặc và giày dép, các khâu đó có thể bao gồm trồng bông và chế biến ướt (dệt và da).
- Doanh nghiệp cần xác định liệu công đoạn chế biến ướt có diễn ra ở các nước có nguy cơ cao hơn không. Các yếu tố cân nhắc bao gồm:
    - Quốc gia (hoặc cụm sản xuất) có đủ cơ sở hạ tầng xử lí nước thải?
    - Quốc gia có thực thi đầy đủ các quy định về xử lí nước thải (ví dụ đã có các cuộc kiểm tra đáng tin cậy) không?
- Dữ liệu quốc gia có thể không đầy đủ để xác định những điều trên. Cần xem xét điều kiện tại địa phương (ví dụ rủi ro rò rỉ đất và tầng chứa nước, khả năng pha loãng và độ nhạy của nguồn nước tiếp nhận).
- Liên quan đến việc trồng bông, doanh nghiệp cần xác định liệu bông có được trồng ở khu vực trên lưu vực và vì thế có nguy cơ gây ô nhiễm lưu vực nước cao hơn hay không[68].
- Doanh nghiệp cần xác định liệu việc trồng bông có xảy ra ở những nước có quy định và thực thi quy định yếu kém về sử dụng hóa chất (ví dụ phân bón và thuốc trừ sâu) trong việc trồng bông hay không.

Đánh giá bên cung ứng

- Doanh nghiệp cần ưu tiên đánh giá bên cung ứng ở các khâu có nguy cơ cao hơn và ở các quốc gia hoặc các địa phương có nguy cơ cao hơn (ví dụ khu vực thượng nguồn). Đối với các doanh nghiệp hoạt động trong lĩnh vực may mặc và giày dép, điều này có nghĩa là đánh giá hoạt động sản xuất bông, thuộc da, và sản xuất hàng dệt ở quốc gia có nguy cơ cao hơn hoặc địa phương có nguy cơ cao hơn.
- Việc nhận diện các bên cung ứng riêng lẻ hoạt động ngược dòng với doanh nghiệp có thể khó khăn. Khuyến khích doanh nghiệp áp dụng khuyến nghị trong Hộp 3.

Chấm dứt, ngăn chặn hoặc giảm thiểu thiệt hại trong hoạt động của chính doanh nghiệp

- Khuyến khích doanh nghiệp áp dụng các kĩ thuật tốt nhất hiện có (BAT) theo định nghĩa trong Tài liệu Tham khảo Kĩ thuật Tốt nhất cho ngành và phân ngành[69].
- Khi có nguy cơ thiệt hại cho môi trường, khuyến khích doanh nghiệp tránh viện dẫn tới việc thiếu cơ sở khoa học đầy đủ làm lí do để trì hoãn thực hiện các biện pháp hiệu quả về chi phí để ngăn ngừa hoặc giảm thiểu những thiệt hại đó, phù hợp với cách hiểu về mặt kĩ thuật và khoa học của nguy cơ, có tính đến các rủi ro tới sức khỏe và sự an toàn với con người.
- Doanh nghiệp có thể dựa vào những hướng dẫn hiện có, một số hướng dẫn được liệt kê dưới

---

[68] UNEP (2010), "Nước bệnh, Vai trò Trung tâm của Quản lí Nước thải trong Phát triển Bền Vững; Một Đánh giá Ứng phó Nhanh", Chương trình Môi trường của Liên Hợp Quốc, Geneva.

[69] Xem IPPC tích hợp (2003).

đây. Các nội dung phổ biến trong kế hoạch hành động khắc phục (CAP) có thể bao gồm:

Trồng bông

- Quản lí hóa chất có trách nhiệm đối với phân bón và thuốc trừ sâu
- Tối ưu hóa việc sử dụng nước và thực hành tưới tiêu
- Thực hiện các kĩ thuật tốt nhất hiện có (nếu khả thi)
- Đào tạo và nâng cao năng lực cho nông dân

Chế biến ướt (Dệt và thuộc da)

- Sử dụng hóa chất có trách nhiệm, xem Mô-đun 8. Hóa chất độc hại
- Quản lí nước thải hiệu quả – hiệu quả, vận hành và bảo trì nhà máy xử lí nước thải (ETP)
- Đào tạo kĩ thuật về vận hành và bảo trì ETP đối với lưu lượng nước cơ bản trong nhà máy, chức năng của các bước xử lí nước thải, đo lường nước thải, thu thập mẫu và phân tích.
- Hỗ trợ quản lí nước để không xả chất thải lỏng hoặc tái chế nước (nếu có thể).

Các công cụ và tiêu chuẩn quốc tế được lựa chọn

- Bộ Hướng dẫn của OECD cho Doanh nghiệp Đa quốc gia, Chương VI. Môi trường.
- Các nguyên tắc của OECD về Quản lí Nước

Tài nguyên

- OECD (2015), Sự tham gia của các bên liên quan về quản trị nước toàn diện, Nghiên cứu của OECD về nước, NXB OECD, Paris
- OECD (2015), "Đảm bảo nước, duy trì tăng trưởng", Báo cáo của Nhóm đặc nhiệm GWP / OECD về An ninh nguồn nước và Tăng trưởng bền vững, Tổ chức Hợp tác và Phát triển Kinh tế, Paris.
- IPPC (2003), Tài liệu Tham khảo Kỹ thuật Tốt nhất Hiện có cho Ngành Dệt may, Ủy ban Châu Âu, Brussels.
- IPPC (2013), Tài liệu Tham khảo Kỹ thuật Tốt nhất Hiện có về Thuộc da Da sống, Ủy ban Châu Âu, Brussels.
- UNGC (2010), Nhiệm vụ của Giám đốc điều hành về Nước, Hướng dẫn Tham gia Kinh doanh Có trách nhiệm với Chính sách Nước, Hiệp ước Toàn cầu của Liên hợp quốc, Geneva.

Mô-đun 10. Phát thải khí nhà kính

Biến đổi khí hậu là một thách thức bao trùm mà toàn xã hội quan tâm. Là những người sử dụng năng lượng và các nguồn phát thải lớn chủ yếu, các doanh nghiệp trong lĩnh vực may mặc và giày dép có vai trò trong việc chuyển đổi sang nền kinh tế các-bon thấp.

Mô-đun này không đưa ra hướng dẫn toàn diện về cách đo lường và giảm thiểu phát thải khí nhà kính (GHG). Thay vào đó, mô-đun này nhằm mục đích nêu rõ các vấn đề liên quan đến khí nhà kính trong ngành thuộc khuôn khổ thẩm định. Khuyến khích các doanh nghiệp tham khảo các hướng dẫn hiện có về cách đo lường, giảm thiểu, theo dõi, và báo cáo phát thải khí nhà kính đối với hoạt động và các chuỗi cung ứng của chính mình.

Đo lường phát thải khí nhà kính

Đo lường phát thải GHG là bước đầu tiên quan trọng để giảm lượng khí thải các-bon trong các hoạt động của doanh nghiệp. Điều này giúp doanh nghiệp đánh giá tác động của mình lên khí hậu và thiết lập các kế hoạch giảm phát thải hiệu quả về chi phí. Doanh nghiệp có thể đo lường phát thải GHG ở một số cấp độ khác nhau.

CÁC THUẬT NGỮ CHÍNH

CO2-e (hoặc CO2 tương đương) – Đơn vị đo lường phổ quát thể hiện tiềm năng gây nóng lên toàn cầu (GWP) của mỗi trong sáu loại khí nhà kính được biểu thị theo GWP của một đơn vị CO2. Nó được sử dụng để đánh giá việc giải phóng (hoặc tránh giải phóng) các GHG khác nhau dựa trên một cơ sở chung.

Khí nhà kính (GHG) – Các khí trong khí quyển gây ra hiện tượng nóng lên toàn cầu và biến đổi khí hậu. Các khí nhà kính chính là các bon điôxít (CO2), mêtan (CH4) và nitơ ôxít (N2O). Các khí nhà kính ít phổ biến hơn nhưng có sức ảnh hưởng cực kì mạnh mẽ là hydrofluorocarbons (HFCs), perfluorocarbons (PFCs) và sulphur hexafluoride (SF6). Phát thải khí nhà kính có liên quan đến việc giải phóng khí nhà kính vào khí quyển.

Nguồn: OECD, Chuyển đổi sang Nền Kinh tế Các-bon thấp: Các mục đích công và thực hành của doanh nghiệp, 2010

- **Hoạt động riêng**: Khuyến khích các doanh nghiệp hướng tới đo lường phát thải GHG như là kết quả của các hoạt động của chính doanh nghiệp – những hoạt động này có thể bao gồm các hoạt động được sở hữu hoặc kiểm soát bởi doanh nghiệp mà dẫn tới việc phát thải thẳng vào khí quyển (tức là phát thải trực tiếp), hoặc là việc doanh nghiệp tiêu thụ điện, nhiệt, hơi nước, hoặc làm lạnh họ mua về (tức là phát thải gián tiếp năng lượng).
- **Chuỗi cung ứng:** Doanh nghiệp có thể đo lường toàn bộ tác động phát thải của chuỗi cung cứng để tập trung nỗ lực vào những cơ hội giảm khí nhà kính lớn nhất, điều này đưa đến những quyết định mang tính bền vững lớn hơn trong các hoạt động của doanh nghiệp và những sản phẩm mà họ mua, bán, và sản xuất.
- **Sản phẩm:** Doanh nghiệp có thể đo lường lượng phát thải và loại bỏ khí nhà kính liên quan đến một sản phẩm cụ thể. Việc phân tích vòng đời của một sản phẩm khí nhà kính cho phép doanh nghiệp đưa ra những lựa chọn được thông tin trước để giảm phát thải khí nhà kính từ những sản phẩm mà họ thiết kế, sản xuất, bán, mua, hoặc sử dụng.

Những doanh nghiệp có nguồn lực hạn chế được khuyến khích bắt đầu bằng việc đo lường phát thải khí nhà kính như là kết quả của quá trình hoạt động của doanh nghiệp. Khuyến khích doanh nghiệpchia sẻ dữ liệu về phát thải khí nhà kính liên quan đến các nguyên phụ liệu và quy trình thông thường với các tác nhân khác trong ngành.

Giảm lượng phát thải

Cũng như các vấn đề khác trong chuỗi cung ứng của doanh nghiệp, doanh nghiệp có thể áp dụng phương pháp tiếp cận dựa trên rủi ro để giải quyết phát thải khí nhà kính bằng cách tập trung nguồn lực của mình vào nơi phát thải khí nhà kính lớn nhất. Khi tìm cách giảm phát thải trong chuỗi cung ứng của mình, khuyến khích doanh nghiệp sử dụng ảnh hưởng với các bên cung cấp để khuyến khích họ cũng giảm phát thải và/hoặc hỗ trợ trực tiếp các bên cung cấp thực hiện các biện pháp giảm phát thải khí nhà kính.

Khuyến khích doanh nghiệp tránh viện dẫn việc thiếu cơ sở khoa học đầy đủ làm lý do để trì hoãn thực hiện các biện pháp hiệu quả về chi phí để ngăn ngừa hoặc giảm thiểu phát thải khí nhà kính, phù hợp với cách hiểu về mặt kĩ thuật và khoa học của nguy cơ.

Bảng 13. Ví dụ các biện pháp đo lường phát thải khí nhà kính và theo dõi cải tiến ở các giai đoạn khác nhau của vòng đời sản phẩm

Yếu tố rủi ro	Ví dụ các biện pháp đo lường phát thải khí nhà kính và theo dõi các cải tiến
Lựa chọn sợi	Xem xét khả năng phát thải khí nhà kính của một nguyên liệu cùng với các đặc điểm khác, ví dụ tính khả thi, chi phí, và nhu cầu khi thiết kế một sản phẩm.[1] Ví dụ, sợi tổng hợp có lượng phát thải khí nhà kính tương đối cao, đó là kết quả của nhu cầu năng lượng đầu vào cho quá trình sản xuất nguyên liệu thô. Trong khi đó, sợi thực vật, như bông hoặc vải lanh, có lượng phát thải khí nhà kính từ quá trình sản xuất tương đối thấp, quá trình sản xuất vải lanh có lượng phát thải khí cực kì thấp bởi vì nhu cầu sử dụng thuốc trừ sâu, phân bón, và thủy lợi tương đối thấp.[2]
Hoàn thiện dệt	• Thiết lập một nhà máy quản lí năng lượng tại địa bàn trong đó sử dụng các biện pháp phối hợp trong toàn doanh nghiệp để quản lí năng lượng • Thực hiện các kĩ thuật tốt nhất hiện có (BAT) theo định nghĩa trong Tài liệu Tham khảo Kĩ thuật Tốt nhất cho ngành và phân ngành 3 • Thực hiện các biện pháp năng lượng hiệu quả (ví dụ công nghệ tiết kiệm năng lượng, tối ưu hóa hệ thống tạo hơi và không khí điều áp, thu hồi nhiệt thải từ nước thải và khí thả, tối ưu hóa quy trình, v.v....) • Thực hiện các biện pháp tiết kiệm năng lượng (ví dụ thực hiện tiết kiệm năng lượng thông qua cải tiến quy trình và các điều kiện phản ứng)[4] • Tăng hiệu quả và chất lượng để giảm nhu cầu tái xử lý nếu có sai sót • Cài đặt và vận hành đồng hồ đo chính xác và/hoặc phần mềm đo lường như một bước cơ bản để đo hiệu suất điểm chuẩn và bắt đầu cải thiện hiệu quả
Vận tải	• Giảm nhu cầu vận chuyển hàng hóa khẩn cấp bằng cách thực hiện thông lệ mua hàng có trách nhiệm như đã đưa ra trong Hộp 4. Cân nhắc vị trí kho hàng và trung tâm phân phối có liên quan đến nguồn gốc và nơi bán sản phẩm để giảm thiểu nhu cầu vận chuyển. • Yêu cầu người vận chuyển hàng theo dõi và truyền đạt dữ liệu phát thải CO2[5] • Theo dõi lượng phát thải (có liên quan đến vận tải) mỗi quý giữa các đơn vị kinh doanh (ví dụ đơn vị sản xuất và lắp ráp, các trung tâm phân phối và trung tâm dịch vụ khách hàng)
Bao bì	• Giảm kích cỡ bao bì • Sử dụng nguồn lực có thể được tái sử dụng hoặc tái chế
Giai đoạn sử dụng Giai đoạn sử dụng thương là nguồn đóng góp lớn nhất vào quá trình phát thải khí nhà kính	• Sử dụng nguyên phụ liệu có thể được tái sử dụng hoặc tái chế[6] • Thiết kế sản phẩm có thời hạn sử dụng lâu hơn • Nâng cao nhận thức của người tiêu dùng về hành vi có thể giúp giảm phát thải khí các-bon, ví dụ: giặt quần áo ít thường xuyên hơn(tức là khôn cần giặt ngay sau mỗi lần mặc); giặt quần áo bằng nước mát; sử dụng nước giặt đậm đặc, ít bao bì; phơi khô quần áo tự nhiên; điều chỉnh quy trình làm khô dựa trên loại vải[7] • Xem xét tiềm năng phát thải khí nhà kính của một sản phẩm bên cạnh những đặc điểm khác, ví dụ tính khả thi, chi phí và nhu cầu khi đánh giá nguyên liệu dùng cho sản phẩm.[8]

Lưu ý.

1. Loại sợi cụ thể cũng có thể ảnh hưởng tới giai đoạn sử dụng. Ví dụ, một số loại sợi như lanh có thể phải là ủi. Các loại sợi khác như polyester, có thể cần ít năng lượng hơn để làm khô.
2. BSR (2009), Lập Bản đồ Các-bon Vòng đời Sản phẩm Ngành May mặc.
3. Xem tích hợp (2003), Phòng ngừa và Kiểm soát Ô nhiễm Tích hợp (IPPC), Tài liệu Tham khảo Kĩ thuật Tốt nhất cho ngành dệt may, Ủy ban Châu Âu.
4. Trong một số trường hợp, việc xem xét riêng biệt các kỹ thuật quản lý chung để giảm tiêu thụ năng lượng và các kỹ thuật cụ thể cho quy trình được phát triển trong từng lĩnh vực kỹ thuật chuyên ngành đã cho thấy hiệu quả. UNIDO và Bộ Công nghiệp và Thương mại Quốc tế (MITI) Nhật Bản, Đầu ra của Hội thảo về Tiết kiệm Năng lượng trong Ngành Dệt may, (1992).
5. Trong khi các nhà giao nhận ngày càng theo dõi dữ liệu CO2, vẫn có một sự khác biệt lớn về mức độ dữ liệu thu được và dữ liệu để giao tiếp với khách hàng.
6. Tuy nhiên, các Đánh giá Vòng đời Sản phẩm (LCA) chứng minh rằng phát thải khí nhà kính liên quan đến việc tiêu hủy quần áo là rất nhỏ và nói chung là do một lượng nhỏ khí mêtan được tạo ra trong quá trình phân hủy sợi tự nhiên. Xem BSR, Lập Bản đồ Các-bon Vòng đời Sản phẩm Ngành May mặc, (2009).
7. Bộ Hướng dẫn của OECD phản ánh kì vọng rằng các công ty "thúc đẩy nhận thức cao hơn nơi khách hàng về các tác động môi trường của việc sử dụng sản phẩm và dịch vụ của doanh nghiệp". Bộ Hướng dẫn của OECD, VI, 6c.
8. Loại sợi cụ thể cũng có thể ảnh hưởng tới giai đoạn sử dụng. Ví dụ, một số loại sợi như lanh có thể phải là ủi. Các loại sợi khác như polyester, có thể cần ít năng lượng hơn để làm khô.

Truyền thông

Nghị định thư về Khí nhà Kính (GHG) là tiêu chuẩn được quốc tế công nhận về báo cáo và kế toán doanh nghiệp về phát thải khí nhà kính[70].

Hợp tác

Khuyến khích doanh nghiệp hợp tác trong đo lường, giảm thiểu, và báo cáo về phát thải khí nhà kính. Ví dụ các hình thức hợp tác bao gồm:

- Phát triển các công cụ toàn ngành về đo lường và theo dõi phát thải khí nhà kính đối với các loại sợi, sản phẩm, và quá trình sản xuất cụ thể
- Chia sẻ các thực hành tốt để giảm thiểu phát thải khí nhà kính
- Yêu cầu một lộ trình rõ ràng từ các Chính phủ về vấn đề biến đổi khí hậu.

Hợp tác đặc biệt phù hợp với các DNNVV khi họ thiếu nguồn lực để đo lường đầy đủ phát thải khí nhà kính trong toàn bộ chiều dài sản phẩm hoặc chuỗi cung ứng.

[70] Nghị định thư Khí nhà kính là một quan hệ đối tác đa bên do Viện Tài Nguyên Thế giới (WRI) và Hội đồng Kinh doanh Thế giới vì sự Phát triển Bền vững (WBCSD) triệu tập. Nghị định thư Khí nhà kính phát triển những tiêu chuẩn và công cụ báo cáo và kế toán về khí nhà kính được quốc tế công nhận và thúc đẩy sự việc áp dụng chúng để có được nền kinh tế phát thải thấp trên toàn thế giới.

Tài nguyên

- Tiêu chuẩn Báo cáo và Kế toán Chuỗi giá trị Doanh nghiệp theo Nghị định thư về Khí nhà kính (Phạm vi 3)
- Tiêu chuẩn Báo cáo và Kế toán Vòng đời Sản phẩm theo Nghị định thư về Khí nhà Kính
- (2003), Phòng ngừa và Kiểm soát Ô nhiễm Tích hợp (IPPC), Tài liệu Tham khảo Kĩ thuật Tốt nhất cho ngành dệt may, Ủy ban Châu Âu.
- (2010), "Mười thực hành tốt nhất của NRDC cho các nhà máy dệt để tiết kiệm tiền và giảm ô nhiễm", Chương trình Làm sạch Thông qua Thiết kế, Hội đồng Bảo vệ Tài nguyên Quốc gia.
- Trung tâm Đánh giá Ngành, thuộc Bộ Năng lượng Hoa Kỳ.
- Hasanbeigi, A. (2010), Các Cơ hội Cải thiện Hiệu quả Năng lượng cho Ngành Dệt may

Mô-đun 11. Hối lộ và tham nhũng

Mô-đun này công nhận rằng hối lộ và tham nhũng là tội phạm cửa ngõ đối với nhiều hình thức sai trái khác được đề cập trong Hướng dẫn này, bao gồm: lao động trẻ em, lao động cưỡng bức, phân biệt đối xử, vi phạm các tiêu chuẩn về an toàn, sức khỏe và môi trường. Công ước Chống Hối lộ của OECD và Khuyến nghị năm 2009 thiết lập các tiêu chuẩn ràng buộc về mặt pháp lí với các quốc gia tham gia nhằm hình sự hóa hành vi hối lộ quan chức nước ngoài trong các giao dịch kinh doanh quốc tế và đưa ra một loạt các biện pháp liên quan giúp điều này có hiệu quả. Đây là công cụ đầu tiên và duy nhất về chống tham nhũng trên thế giới tập trung vào "đầu cung" trong giao dịch hối lộ.

Lồng ghép kinh doanh có trách nhiệm vào nội dung chính sách và các hệ thống quản lý doanh nghiệp

Doanh nghiệp cần xem xét các thông lệ tốt được đưa ra trong Hướng dẫn Thực hành tốt của OECD về Kiểm soát nội bộ, Đạo đức, và Tuân thủ, bao gồm:

- Hỗ trợ và cam kết mạnh mẽ, rõ ràng và khả thi từ ban lãnh đạo cấp cao đối với các chương trình hoặc biện pháp kiểm soát nội bộ, đạo đức và tuân thủ của công ty để ngăn ngừa và phát hiện hối lộ, bao gồm hối lộ các quan chức nước ngoài;
- Một chính sách doanh nghiệp rõ ràng và khả thị về việc cấm hối lộ, bao gồm hối lộ các quan chức nước ngoài; và
- Giám sát các chương trình và biện pháp tuân thủ và đạo đức liên quan đến hối lộ, bao gồm hối lộ các quan chức nước ngoài, bao gồm quyền báo cáo vấn đề trực tiếp cho các cơ quan giám sát độc lập như ban kiểm toán nội bộ của hội đồng quản trị hoặc của ban giám sát, là nhiệm vụ của một hoặc các cán bộ cấp cao của công ty, với mức độ tự chủ thích hợp từ quản lý, nguồn lực và quyền hạn.

Nhận diện các thiệt hại thực tế và tiềm ẩn trong hoạt động của doanh nghiệp và trong chuỗi cung ứng của nó

Bài tập Xác định Phạm vi

Khi xác định nguy cơ hối lộ và tham nhũng, doanh nghiệp cần xem xét các nhóm nguy cơ rộng hơn – cấp quốc gia, ngành,[71] giao dịch, cơ hội kinh doanh, và quan hệ đối tác kinh doanh[72]. Điều quan trọng nữa là bài tập này nhìn vào bản chất và tần suất của các tương tác với quan chức trong và ngoài nước và, có lẽ quan trọng nhất, là các kiểu quan hệ kinh doanh tiềm năng và hiện có của doanh nghiệp[73].

Đánh giá rủi ro cũng nên nhìn vào nội bộ để đánh giá mức độ mà các cấu trúc và quy trình nội bộ tự làm gia tăng mức độ rủi ro. Các yếu tố rủi ro thường gặp được đưa ra trong Bảng 15. Là một phần của quá trình, doanh nghiệp có thể đánh giá mức độ mà kiểm soát nội bộ được thực hiện dựa theo Hướng dẫn Thực hành Tốt của OECD về Kiểm soát Nội bộ, Đạo đức, và Tuân thủ.

[71] Báo cáo Hối lộ Nước ngoài của OECD (Tháng 12 năm 2014) nhằm phân tích các trường hợp hối lộ quan chức nước ngoài hoàn chỉnh từ năm 1999 đến giữa năm 2014, cho thấy rằng Ngành Sản Xuất chiếm 8% các trường hợp hối lộ nước ngoài, và Ngành Nông nghiệp chiếm 4% trong giai đoạn đó. Thêm vào đó, ngành bán buôn và bán lẻ chiếm 4% số trường hợp. Các hoạt động khác, ví dụ cho thuê, chiếm 1%.

[72] Xem "Nguyên tắc số 3, Đánh giá Rủi ro" của Bộ Tư Pháp Vương Quốc Anh (2010).

[73] Báo cáo Hối lộ Nước ngoài của OECD (2014) cho thấy rằng từ năm 1999 đến giữa năm 2014, 71% các trường hợp hối lộ hoàn chỉnh có liên quan đến các bên trung gian, ví dụ đại lí, cố vấn pháp lí, công cụ kinh doanh, cộng sự và kế toán.

Bảng 14. Các yếu tố rủi ro bên ngoài ảnh hướng tới tính toàn vẹn

Các yếu tố rủi ro	Các ví dụ
Các yếu tố quốc gia	Doanh nghiệp đang hoạt động trong khu vực tài phán có rủi ro cao về hối lộ và tham nhũng: • nhận thấy mức độ tham nhũng cao trong khu vực công và/hoặc tư nhân • luật chống hối lộ không được thực thi hiệu quả, bao gồm các tội hối lộ trong luật hình sự và không có trách nhiệm pháp lý đối với những tội đó • thất bại của chính phủ nước ngoài, truyền thông, cộng đồng doanh nghiệp địa phương và xã hội dân sự trong việc thúc đẩy các chính sách mua sắm và đầu tư minh bạch
Các rủi ro ngành	Doanh nghiệp có liên quan với các lĩnh vực rủi ro cao. Các ví dụ có liên quan cho lĩnh vực may mặc và giày dép bao gồm: • vận tải và lưu kho[1] • bán buôn và bán lẻ[2] • sản xuất: giám sát bởi các cơ quan địa phương tại quốc gia có nguy cơ cao có thể làm gia tăng rủi ro
Các rủi ro giao dịch	Khi hoạt động ở khu vực tài phán có nguy cơ cao, một số giao dịch nhất định liên quan đến các quan chức địa phương có thể làm gia tăng rủi ro hối lộ: • mua sắm công, thông quan, xử lý thuế ưu đãi, cấp phép và ủy quyền[3] • tương tác với các quan chức của doanh nghiệp Nhà nước (SOEs), thực thi pháp luật, hải quan, giao thông, chính quyền địa phương, quan chức mua sắm và môi trường, và cơ quan thuế

Lưu ý.

1. Xem "Chỉ số Cảm nhận Tham nhũng" và "Chỉ số Người đưa Hối lộ" của Tổ Chức Minh Bạch Quốc Tế.
2. Bán buôn và bán lẻ chiếm khoảng 4% các trường hợp hối lộ nước ngoài được kết luận từ năm 1999 đến giữa năm 2014. Báo cáo Hối lộ Nước ngoài của OECD.
3. Vận tải và lưu kho chiếm 15% các trường hợp hối lộ nước ngoài được kết luận từ năm 1999 đến giữa năm 2014. Báo cáo Hối lộ Nước ngoài của OECD; Mua sắm công chiếm 57% các trường hợp hối lộ nước ngoài được kết luận từ năm 1999 đến giữa năm 2014. Báo cáo Hối lộ Nước ngoài của OECD.

Bảng 15. Các yếu tố rủi ro bên trong ảnh hưởng tới tính toàn vẹn của doanh nghiệp

Yếu tố rủi ro	Các ví dụ
Chính sách và đào tạo	• Thiếu thông điệp chống hối lộ rõ ràng từ cấp quản lý cao nhất • Thiếu thông điệp rõ ràng rằng hối lộ quan chức nước ngoài và cả hối lộ trong nước cũng bị cấm. • Chính sách và chương trình hạn chế trong việc hỗ trợ tuân thủ luật chống hối lộ. • Thiếu sót trong việc đào tạo nhân viên liên quan, kĩ năng và kiến thức về rủi ro hối lộ trong hoạt động của doanh nghiệp. • Thiếu các quy tắc và thủ tục liên quan đến yêu cầu chi phí bôi trơn từ các quan chức nhà nước. • Thiếu sự rõ ràng trong chính sách và thủ tục của tổ chức về quà tặng, bữa ăn, và giải trí cung cấp cho những người mà doanh nghiệp làm ăn cùng tại thị trường nước ngoài. • Thiếu quy tắc rõ ràng về đóng góp chính trị và từ thiện. • Thiếu kiểm soát tài chính rõ ràng (ví dụ tài khoản ngân hàng, quỹ tiền chi vặt, và tồn kho của doanh nghiệp được theo dõi như thế nào ở thị trường nước ngoài, đặc biệt ở các quốc gia có nguy cơ cao? Có biện pháp kiểm soát nào với những tài sản này?). • Thiếu biện pháp kiểm soát rõ ràng để theo dõi việc tuân thủ hợp đồng. • Thiếu các kênh tố giác và các biện pháp bảo vệ khỏi bị trả thù đối với những người báo cáo hành vi sai trái. • Thiếu đào tạo và hoạt động nâng cao nhận thức cho đối tác doanh nghiệp.
Rủi ro giao dịch	• Giám sát và kiểm soát có liên quan bị hạn chế đối với tài khoản, quỹ tiền chi vặt và tồn kho của doanh nghiệp ở thị trường nước ngoài. • Hạn chế theo dõi việc tuân thủ hợp đồng. • Các hạng mục chi tiêu trong sổ sách và hồ sơ công ty có thể được sử dụng để che giấu các khoản chi hối lộ. • Thiếu kiểm toán độc lập bên ngoài.
Rủi ro kinh doanh	• Thiếu kiểm soát đối với đối tác kinh doanh. • Các điểm bán lẻ được duy trì ở nước ngoài. • Doanh nghiệp có quyền kiểm soát bị hạn chế đối với các hoạt động ở nước ngoài. • Rõ ràng là đối tác hoặc đại diện liên doanh thiếu trình độ và nguồn lực để thực hiện các dịch vụ được đề nghị. • Quà tặng, bữa ăn và giải trí được cung cấp tới những người mà doanh nghiệp làm ăn cùng ở thị trường nước ngoài. • Các hình thức thanh toán bất thường, các cấu trúc hoa hồng cao bất thường hoặc các sắp xếp tài chính đặc biệt liên quan đến doanh nghiệp hoặc các công ty con ở nước ngoài hoặc bên thứ ba có liên quan. • Mối quan hệ kinh doanh với các doanh nghiệp quốc doanh, Chính phủ nước ngoài (ví dụ quan hệ đối tác công tư), các thành phố tự trị nước ngoài, các cơ quan lập pháp nước ngoài, các Đảng phái chính chị và/hoặc gia đình hoàng gia nước ngoài hoặc các gia đình có mối liên hệ với giới chính trị tinh hoa. • Tuyển dụng quan chức nước ngoài

Chấm dứt, ngăn chặn hoặc giảm thiểu thiệt hại trong hoạt động của chính doanh nghiệp

Quy trình thẩm định để ngăn chặn và giảm thiểu rủi ro hối lộ cần tương xứng với rủi ro đã xác định. Các biện pháp thẩm định chống hối lộ để ngăn chặn và giảm thiểu rủi ro cần kết hợp với các thực hành tốt nêu trong Hướng dẫn Thực hành Tốt của OECD về Kiểm soát Nội bộ, Đạo đức, và Tuân thủ[74]. Thực hành tốt bao gồm những điều sau:

- Các chương trình và biện pháp tuân thủ và đạo đức được thiết kế để ngăn chặn và phát hiện hối lộ, bao gồm hối lộ quan chức nước ngoài, áp dụng với mọi giám đốc, cán bộ và nhân viên và áp dụng với mọi thực thể mà công ty có quyền kiểm soát hiệu quả, bao gồm các công ty con và các thứ khác, trong các lĩnh vực dưới đây:
    - Quà tặng, chiêu đãi, giải trí, và chi phí[75];
    - Khách hàng đi du lịch;
    - Đóng góp chính trị;
    - Tài trợ và quyên góp từ thiện;
    - Chi phí bôi trơn[76];
    - Gạ gẫm và tống tiền;
    - Chấp nhận hàng hóa[77]; và
    - Đầu tư cá nhân và việc làm và các hoạt động khác, bao gồm nhưng không giới hạn bởi việc công khai vị trí trong ban giám đốc và việc làm dành cho vợ/chồng và họ hàng người thân.
- Các chương trình và biện pháp tuân thủ và đạo đức được thiết kế để ngăn chặn và phát hiện hối lộ, bao gồm hối lộ quan chức nước ngoài nếu phù hợp, và tùy thuộc vào các thỏa thuận hợp đồng, với các bên thứ ba như đại lí và các bên trung gian, tư vấn, đại diện, nhà phân phối, nhà thầu và các bên cung ứng, tập đoàn và đối tác liên doanh (sau đây gọi là "đối tác kinh doanh"), bao gồm, ngoài các thứ khác, những yếu tố then chốt sau đây:
    - Thẩm định dựa trên rủi ro được lập thành văn bản phù hợp liên quan đến việc tuyển dụng, cũng như giám sát thích hợp và thường xuyên các đối tác kinh doanh;
    - Thông báo với các đối tác kinh doanh về cam kết của công ty trong việc tuân thủ luật pháp về việc cấm hối lộ nước ngoài và các chương trình và biện pháp tuân thủ và đạo đức của công ty đối với việc ngăn chặn và phát hiện hối lộ; và
    - Tìm kiếm một cam kết có đi có lại từ các đối tác kinh doanh[78].
- Một hệ thống các thủ tục tài chính và kế toán, bao gồm một hệ thống kiểm soát nội bộ, được thiết kế hợp lí để đảm bảo duy trì sổ sách, hồ sơ, và tài khoản chính xác và công bằng, để đảm bảo rằng chúng không bị sử dụng cho mục đích hối lộ, bao gồm cả hối lộ quan chức nước

[74] Mặc dù các biện pháp trong Hướng dẫn Thực hành Tốt của OECD đặc biệt áp dụng cho mục đích phát hiện và ngăn chặn hối lộ quan chức nước ngoài, chúng có thể được áp dụng bình đẳng để phát hiện và ngăn chặn mọi hình thức hối lộ khác. Tuy nhiên, điều quan trọng là phải nêu rõ ràng trong các tài liệu liên quan và trong các chương trình dào tạo nâng cao nhận thức, rằng hối lộ bao gồm hối lộ quan chức nước ngoài, vì điều này không nhất thiết phải hiển nhiên.

[75] Khuyến khích doanh nghiệp thiết lập các ngưỡng phù hợp với môi trường địa phương.

[76] Khuyến nghị Chống Hối lộ của OECD năm 2009

[77] Xem UNGC (2010)

[78] Ví dụ, doanh nghiệp có thể lồng ghép việc tuân thủ các quy định chống tham nhũng và chống hối lộ vào tất cả các hợp đồng với bên thứ ba và yêu cầu bên cung ứng có rủi to cao phải thực hiện các thủ tục phù hợp để ngăn chặn hối lộ.

ngoài, hoặc che giấu hối lộ[79];

- Các biện pháp được thiết kế để đảm bảo việc truyền thông định kì và đào tạo bằng văn bản ở tất cả các cấp độ của công ty về các chương trình và biện pháp tuân thủ và đạo đức của công ty liên quan đến hối lộ, bao gồm hối lộ quan chức nước ngoài, cũng như, nếu phù hợp, cho các công ty con[80].
- Các biện pháp phù hợp để khuyến khích và đưa ra những hỗ trợ tích cực cho việc tuân thủ các chương trình và biện pháp tuân thủ và đạo đức chống hối lộ, bao gồm hối lộ quan chức nước ngoài, ở tất cả các cấp độ của công ty.
- Các quy trình kỉ luật phù hợp để giải quyết, trong số những điều khác, các vi phạm, ở tất cả các cấp ở công ty, luật chống hối lộ nước ngoài và các chương trình và biện pháp tuân thủ và đạo đức đối với hành vi hối lộ, bao gồm hối lộ quan chức nước ngoài[81].

Ngoài những điều trên, khuyến khích doanh nghiệp:

- Thực hiện quá trình đánh giá rủi ro tham nhũng trước khi bước vào mốI quan hệ cung ứng với khách hàng (ví dụ sơ tuyển) khi hoạt động ở các quốc gia có nguy cơ rủI ro cao. Doanh nghiệp cần thiết lập các quy tắc và quy trình rõ ràng về việc chọn bên cung ứng và thiết lập mối quan hệ với "bên cung ứng được ưu tiên".
- Tham dự và tích cực tham gia vào các sáng kiến chống hối lộ tập thể và các quy trình đa bên ở cấp ngành nếu có liên quan[82].

Theo dõi

Doanh nghiệp có thể sử dụng một loạt các cơ chế để có cái nhìn sâu sắc hơn về tính hiệu quả của các quy trình được thiết kế nhằm nhăn chặn hối lộ và tham nhũng trong hoạt động và chuỗi cung ứng của chính nó.

- Điều tra, bảng hỏi, và nhận phản hồi của nhân viên sau đào tạo có thể là nguồn thông tin quan trọng về tính hiệu quả và là một phương tiện để người lao động và những người có liên quan có thể thông báo những cải tiến liên tục về chính sách chốn hối lộ[83].
- Doanh nghiệp có thể xem xét các báo cáo và đánh giá định kì chính thức dành cho cấp quản lí cao nhất[84].
- Doanh nghiệp có thể tìm kiếm một số hình thức xác minh bên ngoài và đảm bảo tính hiệu quả của các quy trình chống hối lộ[85].

Các công cụ và tiêu chuẩn quốc tế được lựa chọn

- Bộ Hướng dẫn của OECD cho Doanh nghiệp Đa quốc gia, Chương 7 Chống Hối lộ, Mua chuộc và tống tiền.
- Công ước của OECD về chống hối lộ quan chức nước ngoài trong giao dịch kinh doanh quốc tế (Công ước chống hối lộ)

---

[79] Khuyến nghị về Chống hối lộ của OECD năm 2009

[80] Ưu tiên hình thức tương tác trực tiếp, để nhân sự bên cung ứng có cơ hội đặt câu hỏi và nhận phản hồi, nhưng khi đào tạo trực tiếp không hiệu quả về mặt chi phí và không thực tế, thì có thể cân nhắc biện pháp thay thế là đào tạo trực tuyến. Xem UNGC (2010), trang 21

[81] Khuyến nghị về Chống Hối lộ của OECD năm 2009.

[82] Ví dụ, Mạng lưới Chống Tham nhũng Hàng hải là một mạng lưới các công ty hàng hải và khách hàng của họ nhằm thúc đẩy thực hành doanh nghiệp tốt trong ngành hàng hải đối với việc giải quyết hối lộ, chi phí bôi trơn, và các hình thức tham nhũng khác.

[83] Xem "Nguyên tắc số 6, Theo dõi và Đánh giá" của Bộ Tư Pháp Vương Quốc Anh (2011).

[84] Đã dẫn. 83

[85] Đã dẫn. 83

- Khuyến nghị năm 2009 của OECD của Hội đồng chống hối lộ công chức nước ngoài trong giao dịch kinh doanh quốc tế (Khuyến nghị chống hối lộ năm 2009)
- Khuyến nghị năm 2009 về các biện pháp thuế để chống hối lộ công chức nước ngoài trong giao dịch kinh doanh quốc tế
- Khuyến nghị năm 2006 về Hối lộ và Tín dụng xuất khẩu được hỗ trợ chính thức
- Công ước của Liên hợp quốc về chống tham nhũng (2000)

Tài nguyên

- OECD, Báo cáo quốc gia về việc thực hiện Công ước chống hối lộ của OECD. www.oecd.org/corruption/countryreportsontheimplementationoftheoecdanti- briberyconvention.htm
- OECD, Các chương trình chống tham nhũng khu vực www.oecd.org/corruption/regionalanti-corruptionprogrammes.htm
- OECD (2006), Công cụ nhận thức rủi ro của OECD cho các doanh nghiệp đa quốc gia trong các khu vực quản trị yếu kém, Tổ chức Hợp tác và Phát triển Kinh tế, Paris.
- OECD (2014), Báo cáo hối lộ nước ngoài của OECD: Phân tích tội phạm hối lộ công chức nước ngoài, Tổ chức Hợp tác Kinh tế và Phát triển, Paris.
- OECD (2010), Hướng dẫn Thực hành tốt của OECD về Kiểm soát nội bộ, Đạo đức và Tuân thủ, Tổ chức Hợp tác Kinh tế và Phát triển, Paris
- Bộ Tư pháp Vương quốc Anh (2011), Hướng dẫn Hành động Hối lộ 2010, Bộ Tư pháp Vương quốc Anh, Luân Đôn.
- UNGC (2010), Chống tham nhũng trong chuỗi cung ứng, Hướng dẫn cho khách hàng và bên cung cấp, Hiệp ước toàn cầu của Liên hợp quốc, Geneva.

Mô-đun 12.
Tìm nguồn cung ứng có trách nhiệm từ người lao động tại nhà

Mô-đun này chủ yếu nhắm vào các nhãn hàng, nhà sản xuất may mặc và giày dép, và các bên trung gian mua hàng của họ.

Mô-đun này nhằm giảm thiểu nguy cơ người lao động tại nhà bị gạt ra ngoài lề, đặc biệt là nạn nhân của tống tiền, thông qua các nỗ lực chính thức pháp và hợp pháp hóa với mục tiêu thúc đẩy chuỗi cung ứng có trách nhiệm tạo ra cơ hội kinh tế và phát triển cho người lao động tại nhà. Hướng dẫn này công nhận rằng không có giải pháp nhanh và phù hợp với mọi trường hợp. Chính phủ, tổ chức quốc tế, các nhà tài trợ, và doanh nghiệp trong chuỗi cung ứng và các tổ chức xã hội dân sự có thể cân nhắc cơ hội để cùng nhau tận dụng những gợi ý này hoặc thực hiện các cách tiếp cận khác phù hợp với luật pháp quốc gia.

Hộp 15. **Khung ngăn chặn và giảm thiểu lạm dụng quyền con người và lao động đối với người lao động tại nhà**

Phần dưới đây cung cấp thông tin về một khuôn khổ rộng hơn có ý nghĩa cần thiết để ngăn ngừa và giảm thiểu việc lạm dụng quyền con người và lao động liên quan đến việc lao động tại nhà. Doanh nghiệp nên lồng ghép các quy định dưới đây khi thiết kế thẩm định, tuy nhiên, không có trách nhiệm thực hiện toàn bộ các khuyến nghị một mình. Thay vào đó, đây được coi là khung tham chiếu để tất cả các bên liên quan có thể áp dụng nhằm ngăn chặn việc lạm dụng quyền con người và lạm dụng lao động đối với người lao động tại nhà.

Người lao động tại nhà cần được coi là một bộ phận nội tại, cần được sự đối xử công bằng và vì thế họ cần được chính thức hóa để có được những điều khoản và điều kiện việc làm tốt. Trong bối cảnh của Hướng dẫn này, việc chính thức hóa là quá trình mà người lao động chuyển đổi từ công việc phi chính thức sang công việc chính thức. Có rất nhiều nguyên nhân dẫn tới tình trạng phi chính thức và nói chung không liên quan đến tính hợp pháp. Ví dụ, "lao động tại nhà" nhiều khi được sử dụng như một công cụ để phớt lờ trách nhiệm ký kết hợp đồng lao động chính thức. Trong các trường hợp khác, người lao động tại nhà có thể bị ép làm việc tại nhà để giảm chi phí tài chính cho người sử dụng lao động. Lao động nhập cư là nhóm có thể đặc biệt dễ bị tổn thương bởi các hạn chế về việc làm. Việc theo đuổi mục tiêu chính thức hóa đối tượng này bằng các công cụ lập pháp đơn thuần có thể không hiệu quả; chính thức hóa cần được coi là một quá trình thay vì một bước riêng lẻ.[1] Quá trình này có thể được trợ giúp bởi:

- sự hiểu biết về lí do dẫn tới tình trạng phi chính thức hiện tại của người lao động tại nhà để có được các chiến lược tốt nhất tạo điều kiện và thúc đẩy việc chính thức hóa;[2]
- sự hiểu biết về tính đa dạng trong các loại hình và quy mô hoạt động của người lao động tại nhà;
- trợ giúp kĩ thuật nhằm giúp chính thức hóa người lao động tại nhà và những người lao động phi chính thức khác;
- việc kiến tạo và tham gia các sáng kiến tập thể nhằm thiết lập các phương thức và tài trợ cho quỹ hỗ trợ dành cho quá trình chính thức hóa; và
- thúc đẩy hợp pháp hóa việc làm cho người lao động.

Hợp pháp hóa hoạt động

Danh tính và sự thừa nhận của pháp luật đối với "tư cách người lao động" và/hoặc "tư cách doanh nhân" thường là những bước đầu tiên cần thiết để chính thức hóa việc làm cho người lao động; tuy nhiên không nên sử dụng tư cách này để bóc lột người lao động như được mô tả ở trên.[1] Doanh nghiệp, tổ chức xã hội dân sự, và Chính phủ có thể trợ giúp người lao động tại nhà có được hợp đồng và các ủy quyền khác thông qua các quá trình pháp lí và xem xét các công cụ pháp lí để hợp pháp hóa việc làm cho người lao động. Việc hợp pháp hóa việc làm cho người lao động tại nhà không nên đặt quá nhiều kì vọng khiến người lao động tại nhà không thể đáp ứng và vì thế lại càng đẩy họ ra bên lề nhiều hơn (ví dụ việc yêu cầu người lao động phải làm việc ở một trung tâm cụ thể có thể gây bất lợi và đẩy người lao động vốn chỉ làm việc tại nhà ra bên lề).

Hộp 15. **Khung ngăn chặn và giảm thiểu lạm dụng quyền con người và lao động đối với người lao động tại nhà** (tiếp theo)

Tổ chức, đại diện và đối thoại xã hội

Tổ chức người lao động tại nhà là một bước quan trọng giúp họ có được tầm nhìn và sự công nhận và thúc đẩy đối thoại xã hội để đạt được các điều khoản và điều kiện việc làm tốt.[1] Với nhu cầu và hoàn cảnh duy nhất của người lao động tại nhà, việc tổ chức người lao động tại nhà có thể sẽ khác với các lực lượng lao động có tổ chức khác. Các bước đầu tiên của việc tổ chức này thường do nhóm cộng đồng hoặc nhóm phụ nữ giữ vai trò tổ chức các nhóm địa phương mà sau này có thể kết hợp lại thành một liên đoàn hay công đoàn. Khi phụ nữ chiếm đa số trong số người lao động tại nhà trong ngành này, trong nhiều bối cảnh, người tổ chức nên là phụ nữ.

Ví dụ về các hình thức hỗ trợ của công đoàn và các nhân tố khác dành cho người lao động tại nhà bao gồm nâng cao nhận thức và đào tạo về quyền hợp pháp, trợ giúp pháp luật, bảo hiểm chữa bệnh, các cơ chế tín dụng và cho vay, và việc thành lập hợp tác xã. Cần thiết lập các chiến lược tích cực để chống lại mọi hình thức phân biệt đối xử mà người lao động trong khu vực phi chính thức đặc biệt dễ bị tổn thương.1

1. ILO (2008)

2. Điều then chốt là bất kì cơ chế chính thức hóa nào cũng cần xem xét tới bối cảnh địa phương. Xem ETI, Hướng dẫn về Người lao động tại nhà (2010).

Khuyến nghị đối với các doanh nghiệp

Nhận diện các thiệt hại thực tế và tiềm ẩn trong hoạt động của doanh nghiệp và trong chuỗi cung ứng của nó

- Người lao động tại nhà có mặt trong nhiều chuỗi cung ứng khác nhau của ngành. Có người được tuyển dụng để làm các công việc thủ công truyền thống như thêu và dệt, số khác lại tham gia vào các quá trình thâm dụng lao động hơn như gia công hàng may mặc. Khuyến khích doanh nghiệp nhận diện các dòng sản phẩm và quy trình sản xuất của mình có sử dụng lao động tại nhà.
- Doanh nghiệp cần xác định các quốc gia cung ứng nơi việc làm tại nhà phổ biến hơn và người lao động tại nhà có nguy cơ bị bóc lột cao hơn.
- Doanh nghiệp cần đánh giá các bên cung ứng được ưu tiên để xác định xem họ có sử dụng nguồn cung từ lao động tại nhà một cách có trách nhiệm không. Xem các biện pháp ví dụ dưới đây.

Tìm cách ngăn chặn và giảm thiểu thiệt hại trong hoạt động và trong chuỗi cung ứng của doanh nghiệp

Dưới đây là ví dụ về các biện pháp mà doanh nghiệp có thể sử dụng để thúc đẩy việc sử dụng nguồn cung có trách nhiệm từ người lao động tại nhà. Khuyến khích doanh nghiệp tự thực hiện các biện pháp dưới đây hoặc khuyến khích và xây dựng năng lực để các bên cung ứng của mình làm điều đó.

- Thiết lập một hệ thống sơ tuyển cho các bên trung gian/đại lí tham gia kí kết hợp đồng với người lao động làm việc tại nhà. Các bên trung gian cần tuân thủ luật quốc gia.
- Thiết lập các giao thức nội bộ để sử dụng dịch vụ của người lao động tại nhà (ví dụ: xác minh xem các đại lí xử lý việc kí kết hợp đồng đã được sơ tuyển chưa).
- Tiến tới ký hợp đồng bằng cách yêu cầu bên trung gian trực tiếp ký hợp đồng với người lao động tại nhà và đặt ra các yêu cầu về tính minh bạch. Ví dụ, các bên trung gian cần đáp ứng các yêu cầu sau:

- Thống kê tất cả những người nhận việc. Tất cả các thành viên lao động trong một gia đình đều thống kê là người lao động tại nhà. Ví dụ, trong một số trường hợp, chỉ có người cha hoặc người chồng mới thường được coi là người lao động tại nhà.
- Thống kê khối lượng công việc đã giao và các khoản thanh toán đã trả. Do người lao động làm việc tại nhà thường được trả lương tính theo sản phẩm, các bên trung gian cần ghi lại tiến độ chính xác để đảm bảo việc trả lương theo sản phẩm được quy định ở mức có thể đạt được mức lương tối thiểu.
- Thống kê bất kì quyền lợi an sinh xã hội và bảo hiểm y tế nào được cung cấp cho người lao động tại nhà.

- Đào tạo cho đại lí trung gian về trách nhiệm pháp lí và chính sách RBC của doanh nghiệp.
- Nếu phù hợp, xác định và hợp tác với các sáng kiến địa phương thúc đẩy việc chính thức hóa việc làm cho người lao động tại nhà và bảo vệ họ khỏi bóc lột. Các sáng kiến địa phương có thể tập trung vào một số lĩnh vực nhưng không giới hạn ở: đào tạo về quyền, đào tạo kĩ năng, hợp pháp hóa và cung cấp dịch vụ.
- Cùng chính phủ và chính quyền địa phương thúc đẩy quyền được đối xử công bằng theo luật pháp cho người lao động làm việc tại nhà. Ví dụ:
  - Thể hiện sự hỗ trợ của doanh nghiệp (hoặc của ngành) đối với việc mở rộng phạm vi áp dụng của luật sang cho cả người lao động trong khu vực phi chính thức.
  - Thu hút sự chú ý tới các nguyên nhân gốc rễ dẫn tới việc làm phi chính thức và khuyến khích Chính phủ gỡ bỏ những rào cản cơ bản để người lao động có thể gia nhập hoạt động kinh tế và xã hội chính thức.
  - Chỉ rõ sự ủng hộ của doanh nghiệp (hoặc của ngành khi phối hợp hoạt động) đối với việc mở rộng phạm vi bao phủ của an sinh xã hội – thông qua thúc đẩy tiếp cận giáo dục và y tế - tới người lao động phi chính thức, bao gồm người lao động tại nhà khi họ chưa được cung cấp những dịch vụ này.

Các tiêu chuẩn và công cụ quốc tế được lựa chọn

- Công ước về việc làm tại nhà của ILO, 1996 (số 177) và Khuyến nghị số 204 của ILO về chuyển đổi từ nền kinh tế phi chính thức sang nền kinh tế chính thức

Tài nguyên

- Hướng dẫ của OECD về Thẩm định Chuỗi Cung ứng Khoáng sản có trách nhiệm từ Các Khu vực bị ảnh hưởng bởi xung đột và rủi ro cao, Phụ lục
- ILO (2008), *Nền kinh tế phi chính thức*: Thúc đẩy chuyển đổi sang chính thức hóa việc làm, Tài liệu cơ bản cho Hội nghị chuyên đề liên khu vực ba bên về nền kinh tế phi chính thức: Thúc đẩy chuyển đổi sang chính thức hóa việc làm, Tổ chức Lao động Quốc tế, Geneva

www.ingramcontent.com/pod-product-compliance
Lightning Source LLC
LaVergne TN
LVHW080658011026
849160LV00014B/1468